வாத்து ராஜா

வாத்து ராஜா

விஷ்ணுபுரம் சரவணன்

ஓவியங்கள்: ஓவியர்

BOOKS FOR CHILDREN

VATHTHU RAJA (In Tamil)
VISHNUPURAM SARAVANAN
First Edition: December, 2013

Published by
BOOKS FOR CHILDREN
im print of Bharathi Puthakalayam
7, Elango Salai, Teynampet, Chennai - 600 018.
Email: thamizhbooks@gmail.com | www.thamizhbooks.com

வாத்து ராஜா
விஷ்ணுபுரம் சரவணன்
ஓவியங்கள்: ஓவியர்
முதல் பதிப்பு: டிசம்பர், 2013

வெளியீடு:

புக்ஸ் ஃபார் சில்ரன்
பாரதி புத்தகாலயத்தின் ஓர் அங்கம்
7, இளங்கோ சாலை, தேனாம்பேட்டை, சென்னை - 600 018
தொலைபேசி : 044 24332424, 24332924, 24339024

விற்பனை உரிமை

7, இளங்கோ சாலை, தேனாம்பேட்டை, சென்னை - 600 018

விற்பனை நிலையம்
திருவல்லிக்கேணி: 48, தேரடி தெரு | **வடபழனி:** பேருந்து நிலையம் எதிரில் அடையார் ஆனந்தபவன் மாடியில் | **பெரம்பூர்:** 52, குக்ஸ் ரோடு | **ஈரோடு:** 39, ஸ்டேட் பாங்க் சாலை
திண்டுக்கல்: பேருந்து நிலையம் | **நாகை:** 1, ஆரியபத்திரபிள்ளை தெரு
திருப்பூர்: 447, அவினாசி சாலை | **திருவாரூர்:** 35, நேதாஜி சாலை
சேலம்: பாலம் 36/1 அத்வைத ஆஸ்ரமம் சாலை, | **சேலம்:** 15, வித்யாலயா சாலை
மயிலாடுதுறை: ரசாக் டவர், 1J,கச்சேரி சாலை | **புதுக்கோட்டை:** வடக்கு ராஜா வீதி
மதுரை: 37A, பெரியார் பேருந்து நிலையம் **அருப்புக்கோட்டை:** 31, அகமுடையார் மகால்
மதுரை: சர்வோதயா மெயின்ரோடு, | **குன்னூர்:** N.K.N வணிகவளாகம் பெட்போர்ட்
செங்கற்பட்டு:1 டி., ஜி.எஸ்.டி சாலை | **விழுப்புரம்:** 26/1, பவானி தெரு
திருநெல்வேலி: 25A, ராஜேந்திரநகர் | **விருதுநகர்:** 131, கச்சேரி சாலை
கும்பகோணம்: 352, பச்சையப்பன் தெரு | **நெய்வேலி:** பேருந்து நிலையம் அருகில்
வேலூர்: S.P. Plaza 264, பேஸ் II, சத்துவாச்சாரி | **விருதாசலம்:** 511A, ஆலடி ரோடு
தஞ்சாவூர்: காந்திஜி வணிக வளாகம் காந்திஜி சாலை | **தேனி:** 12,பி, மீனாட்சி அம்மாள் சந்து, இடமால் தெரு | **கடலூர்:** பாரதி பஜார், பழைய அண்ணா மேம்பாலம்
கோவை: 77, மசக்காளிபாளையம் ரோடு, பீளமேடு | **திருச்சி:** வெண்மணி இல்லம், கரூர் புறவழிச்சாலை
திருவண்ணாமலை: முத்தம்மாள் நகர், | **நாகர்கோவில்:** கேவ் தெரு, டோத்தி பள்ளி ஜங்ஷன்
பழனி: பேருந்துநிலையம் | **சிதம்பரம்:** 22A/ 18B தேரடி கடைத் தெரு, கீழவீதி அருகில்
மன்னார்குடி: 12, மாரியம்மன் கோவில் நடுத்தெரு, கீழப்பாலம்

அச்சு: ரவிராஜா ஆப்செட், சென்னை-14

ஒரு பழத்தின் உருண்டை வடிவத்தை
எங்கிருந்து கடிக்க துவங்க வேண்டும் என்பதற்கு
கணிதங்கள் உண்டா, தெரியவில்லை
ஒரு அணிலிடமும் பறவையிடமும்
கற்றுக்கொள்ள
இருக்கிற விஷயங்களில்
பழம் கடித்தலும் அடங்கும்...

இந்தக் கதை உருவானதற்கு ஒரு காரணமாக இருந்த
கல்யாண்ஜியின் இந்தக் கவிதை வரிகளுக்கு....

யூமா.வாசுகி / வேலு.சரவணன் / கம்பீரன் / இரா.எட்வின்
கவின் மலர் / கண்ணகன் / தமிழ்நதி / விழியன்
தெ.வெற்றிச்செல்வன் அமானுஷ்யன் / துறையூர் சரவணன்
கண்ணன் கோபாலன் நீரை. மகேந்திரன் / இரா.செந்தில் குமார்
/ இரா.பழனிவேலு / பாரதி புத்தகாலய நாகராஜன்

ரா.கண்ணன், கே.கணேசன் மற்றும் சுகுணா திவாகர் ஆகியோருக்கும்

சிறார்களுக்கு கதை சொல்வதன் மூலம் நான் உயிர்ப்புடன் இயங்க
வாய்ப்பளித்துவரும் தோழர்களுக்கும் நன்றி.

பாகம் 1

வேப்ப மரம் இருக்கிற இந்துப் பள்ளிக்கூடத்தை அமுதாவுக்கு ரொம்பப் பிடிக்கும். வேப்ப பழத்தோலுக்குள்ள குச்சியை நுழைத்து எதிரில் வருகிற பையன்களை அடிக்கிற விளையாட்டுல அமுதாவை யாரும் ஜெயிக்க முடியாது. அப்புறம் பன்னீர் பூவை அடிக்காம்பை கிள்ளிட்டு வாயில் வைச்சு ஊதி விளையாடறதுன்னா அமுதாவுக்கு ஒரே சந்தோசம்தான்.

ஓ! அமுதாவைப் பற்றி உங்களுக்கு ஒண்ணுமே சொல்லவில்லைத்தானே.. அமுதா இந்த பள்ளிக்கூடத்திலத்தான் நான்காவது படிக்கிறா.. அவளுக்கு ஒரு அண்ணன் இருக்கான், பேரு முத்து. அவ அப்பா, அம்மா, தினம் தினம் புது புது கதை சொல்ற பாட்டி இதுதான் அவள் வீடு.. ஐயோ கீர்த்தனாவ மறந்திட்டேன்.. அமுதா பக்கத்திலேயே உட்கார்ந்திருக்கிற அவள் சினேகிதிதான் கீர்த்தனா. அடிக்கடி சண்டை வரும், கொஞ்ச நேரத்திலேயே பழம் விட்டுப்பாங்க. கீர்த்தனாவிடம் அமுதா சொல்லாத ரகசியமே இல்லை. முத்துவோட பேனாவை தெரியாம எடுத்துவைச்சிருக்கிற வரைக்கும் எல்லாத்தையும் சொல்லிடுவா.. கீர்த்தனாவும் அப்படித்தான்.

பள்ளிக்கூடத்திற்குள் நுழைந்ததுமே இரண்டுபேரும் செய்யற முதல் காரியம் இவங்க வகுப்பறை வாசலில் இருக்கிற சுடுகாய்

மரத்திலிருந்து சுடுகாய் ஏதாவது விழுந்திருக்கான்னு பார்க்கிறது தான். விழுந்து இருந்தா அதை பொறுக்கி பள்ளிக்கூடத்திற்கு பின்னாடி ஓடுற ஆற்றில் தூக்கி எறிஞ்சிட்டு வருவதுதான்.

ஏனென்றால் விக்கி ஒருநாள் அமுதாகூட பேசிட்டு இருந்துகிட்டே நைஸா சுடுகாயை தேய்ச்சி இவள் கையில் வைச்சிட்டான். நெருப்பே பட்ட மாதிரி சுடுகாய் எரிச்சல் தாங்கவில்லை. ராமு சார் கிட்ட சொன்னதும் விக்கியை அம்பது தோப்புக்கரணம் போடச்சொல்லி கீர்த்தனாவைதான் எண்ணிக்கச்சொன்னார்.

அன்றையிலிருந்து சுடுகாயை ஆற்றில் தூக்கியெறியறதை செய்துட்டு இருக்காங்க.

இவங்களுக்கு ராமு சாரையும் ரொம்பவும் பிடிச்சிபோனது.

இன்றைக்கு அமுதா மட்டும் சுடுகாயைப் பொறுக்கிட்டு இருந்தாள். கீர்த்தனாவை காணவில்லை. அவள் வருகிறாளான்னு அடிக்கடி எட்டிபார்த்துகிட்டே பொறுக்கினாள்.

கீர்த்தனா அவசரமாக ஓடி வந்தாள்.

“அமுதா.. இங்க பாரேன், நான் என்ன கொண்டு, வந்திருகேன்னு பாரு”

அதைப் பார்த்த அமுதாவின் கண்கள் ஆச்சரியத்தால் விரிந்தன.

“கீர்த்தி.. ஏதுடி இது.. எனக் கேட்டுக்கொண்டே அந்த பம்பரக்காயை எடுத்து உருட்டி உருட்டி பார்த்தாள்”.

“பிள்ளையார் கோவில் மரத்திலிருந்து என் அண்ணன் பறிச்சிட்டு வந்து தந்தான்..

உனக்கும் எடுத்து வந்தேன்..”

“நல்லா இருக்குடி.. சுடுகாய் எல்லாத்தையும் நானே பொறுக்கிட்டேன்,

“வா, போய் ஆற்றில் தூக்கிபோட்டுட்டு வருவோம்”.

இரண்டு பேரும் ஆற்றுக்குப் போனார்கள்.

பள்ளிக்கூடம் மணி அடித்தது. முதல் வகுப்புக்கு ராணி டீச்சர் வருவார்கள்.

ரொம்பவும் கண்டிப்பான டீச்சர்.

"அமுதா.. என்ன எழுதிட்டியா ..சிலேட்ட குடு"

ராணி டீச்சர் குரல் கேட்டபிறகுதான் அமுதாவுக்குத் தன் கையில் சிலேட் இருக்கிற ஞாபகமே வந்துச்சு. ராணி டீச்சர் சிலேட்டை வாங்கி பார்த்துட்டு..

"என்னடி இது.. நான் போர்ட்ல என்ன எழுதியிருக்கேன்.. நீ என்னன்னா முட்டை முட்டையா போட்டு, முட்டைக் குள்ள பூவெல்லாம் வரைஞ்சி வச்சிருக்க..

கீர்த்தனா.. உன் சிலேட்டை குடு பார்க்கலாம்.."

கீர்த்தனாவும் அமுதா வரைந்திருந்தது போலவே வரைந்திருந்தாள். அதைப் பார்த்ததும்

ராணி டீச்சருக்கு சரியான கோவம். கம்பை எடுத்து ரெண்டு பேர் கையிலேயும் ரெண்டுஅடி குடுத்து..

"ரெண்டு பேரும் வாசலில போய் முட்டி போட்டுகிட்டே படிங்கடி"

அமுதாவும் கீர்த்தனாவும் தமிழ் புத்தகத்தை எடுத்துகிட்டு வாசலில் வந்து முட்டிபோட்டுகிட்டே படிக்க ஆரம்பித்தார்கள். ரெண்டு பேரும்

முட்டிபோட்டிருந்த இடம் மணலா இருந்ததால முட்டியை உறுத்துச்சு. எப்படா.. இந்த

வகுப்பு முடியும் என காத்திருந்தாங்க. அப்பத்தான் ஒரு குரல் கேட்டுச்சி..

அந்தக் குரலை இதுவரைக்கும் ரெண்டு பேரும் கேட்டதே இல்லை. யாருன்னு சுத்தி பாத்தா யாருமே இல்லை. ரெண்டு பேருக்கும் பயமா போய்டுச்சி.. நிறைய வெளிச்சமா இருந்ததால கொஞ்சம் தைரியம் வந்துச்சி

"ஏய்! ரெண்டு பேரும் இங்க பாருங்க .. இங்க..இங்க.. சுவரில் பாருங்க.."

ரெண்டு பேரும் சுவரைப் பார்க்க ஆச்சரியப்பட்டுபோனார்கள். அங்க ஒரு அணில் இருந்துச்சு.

அது கண்கள் ரெண்டும் பளபளன்னு மின்னியது. கீர்த்தனா பயத்தில் கையிலிருந்த புத்தகத்தைத் தவற விட்டுவிட்டாள். டீச்சர் திரும்பி முறைச்சதும் அவசரமாக புத்தகத்தை எடுத்துக்கொண்டாள். அமுதாதான் முதலில் கேட்டாள்.

"ஏய்.. அணில்.. நீயா பேசினாய்..."

அணில் மெல்ல கீழ இறங்கி வந்து,

"ஆமா.. நான்தான் கூப்பிட்டேன். எல்லோரும் உள்ளார உட்கார்ந்து படிக்கிறாங்க, நீங்க மட்டும் என்ன செய்யறீங்க.."

டீச்சர் எழுதினதை நாங்க சிலேட்டில் எழுதல.. அதனால முட்டிபோட சொல்லிட்டாங்க டீச்சர்..

"நீங்க ஏன் எழுதல.. அதுக்கு பதில் என்ன எழுதினீங்க.."

"முட்டை படம்போட்டு அதுகுள்ள பூ இருக்கிற மாதிரி வரைஞ்சோம்."

"முட்டை படம் சரி.. அதுகுள்ள எப்படி பூ வந்துச்சு.."

அமுதாவும் கீர்த்தனாவும் ஒருத்தர ஒருத்தர் பார்த்துகிட்டாங்க..

"அது வந்து.. அது ஒரு கதையில் வரும். அந்தக் கதையை கேட்ட பிறகு எதைப் பார்த்தாலும் எனக்கு பூ படம்போட்ட முட்டை மாதிரியே தெரியுது. அதான்"

டீச்சர் எழுதினது தெரியாம படம் போட்டுட்டேன்.. அமுதாதான் சொன்னாள்.

அணில் சிரிச்சிட்டே கீர்த்தனாவைப் பார்த்து..

"அவளுக்கு அப்படி தெரிஞ்சுது சரி.. நீ ஏன் அப்படி படம் வரைஞ்ச.."

பேசறது டீச்சருக்கு கேட்டுடுமோ எனக் கீர்த்தனா பயந்துகொண்டே மெதுவான குரலில்..

"காலையில பள்ளிக்கூடம் வந்தவுடனே அந்தக் கதையை எனக்கு சொன்னா. அதிலேருந்து எனக்கும் அப்படியே தெரியுது."

அணில் இப்ப ரொம்ப குழம்பிப் போனது. ஒரு கதை கேட்டால் பார்க்கிறதை எல்லாத்தையும் முட்டை மாதிரி ஆக்கிடுமா என்று ஆச்சரியப்பட்டது.

“சரி... அந்தக் கதையை சீக்கிரம் சொல்லுங்க.. எனக்கும் கேட்கணும்னு ஆசையா இருக்கு” எனக் கேட்டது.

கீர்த்தனாதான் சொன்னாள்..

“அணில் அது பெரிய கதை. இப்ப சொல்லமுடியாது.. டீச்சருக்கு நாங்க படிக்காம உங்கூட பேசறது தெரிஞ்சுது அவ்வளவுதான்..அடிதான் எங்களுக்கு கிடைக்கும்..”

அணிலுக்கு அந்தக் கதையை உடனே கேட்கனும்போல இருந்தது. ஆனாலும்

டீச்சருக்குத் தெரிஞ்சா ரெண்டு பேருக்கும் அடி விழும் என்பதால..

“சரி.. நீங்க மத்தியானம் சாப்பிட்டு முடிச்சபிறகு தண்ணீர் குழாய்கிட்ட இருக்கிற கொய்யா மரத்துகிட்ட வந்துடுங்க.. நான் அங்கயே இருப்பேன்.. மறந்திடாதீங்க..”

என்று சொல்லிட்டு இவங்க பதில கூட எதிர்பார்க்காமல் ஓடிப்போய்டுச்சு.

அமுதாவுக்கும், கீர்த்தனாக்கும் இப்பவும் நம்பமுடியவில்லை. அணில் நம்ம கூட பேசுமா.. இதைக் கூட படிக்கிற பொண்ணுங்க கிட்ட சொன்னா ஒருத்தியும் நம்பமாட்டாளுங்க என்று ரெண்டு பேருமே நினைத்தார்கள். அமுதாவுக்கு மட்டும் இதைத் தன் பாட்டியிடம் சொன்னால் நம்புவாள் என தோணுச்சு..

மத்தியானம் அவசர அவசரமாக சாப்பிட்டுவிட்டு கொய்யா மரத்துகிட்ட ஓடினார்கள் அமுதாவும், கீர்த்தனாவும்.

அணில் இவங்களுக்காக காத்திட்டு இருந்துச்சு.

அணில் ரெண்டு பேருக்கு கொய்யா பழங்களை மரத்திலேர்ந்து பறித்துப் போட்டது.

கீர்த்தனா அதை எடுத்து கடிக்கப்போனாள்.

“ஏய்.. அங்க கடிக்காதே அந்த இடத்தில பழுத்திருக்காது..” என அணில் சொன்னதும்,

“அது எப்படி கடிக்கிறதுக்கு முன்னாடியே உனக்குத் தெரியும்.”

என கீர்த்தனா கேட்டதற்கு,

“எப்படி தெரியும் என தெரியல.. ஆனா தெரியும்.. இதை விடுங்க.. அந்தக் கதையை சீக்கிரம் சொல்லுங்க, எனக்கு ரொம்ப ஆவலா இருக்கு..”

கீர்த்தனாவை அமுதா பார்க்க அவள்,

“அமுதா, நீயே சொல்லு, நீதான் உங்க பாட்டி சொல்ற மாதிரி நல்லா சொல்லுவ” என்றாள்.

அமுதா ஒரு கொய்யா இலையைப் பறித்து கையில் வைத்து சுற்றிக்கொண்டே கதையைச் சொல்லத் தொடங்கினாள்

பாகம் 2

ஒரு நாட்டுல ஒரு ராஜா இருந்தாராம். அந்த ராஜாவை நாட்டுமக்களுக்கு ரொம்பப் பிடிக்குமாம். ஏன்னா. மக்களுக்கு என்ன குறைன்னு அவங்க சொல்றதுக்கு முன்னாடி இவரே தீர்த்து வைத்துவிடுவாராம். அவர் அப்படி ஆட்சி செய்ய திறமையான மந்திரியும் ஒரு காரணம். சரியான நேரத்தில் தேவையான ஆலோசனைகளை மந்திரி தருவாராம். ராஜாவுக்கு தேசிங்கு, கலிங்கன், வாவைன் என்று மூன்று மகன்கள். இதில் தேசிங்கும் கலிங்கனும் ரொம்ப புத்திசாலியாக இருந்தாங்க. வானவன் மட்டும் யார் எதைச் சொன்னாலும் புரிந்து கொள்ளாமல் தான் சொல்வதே சரி என்று நினைக்கிறவனா இருந்தான். அவன் தப்பா செய்வதை யார் சொன்னாலும் மாற்றிக்கொள்ள மாட்டான். தான் செய்வதே சரி என்று சண்டை போடுவான்.

ராஜாவுக்கு வயதாகி விட்டதால் உடம்புக்கு ரொம்பவே முடியவில்லை. உடனே மந்திரியை அழைத்து ஆலோசனை கேட்டார். மந்திரியின் ஆலோசனைப்படி ராஜாவின் பெரிய மகனான தேசிங்குவை இந்த நாட்டின் ராஜாவாக்க முடிவு செய்தார். இந்த முடிவை மற்ற இரண்டு மகன்கள்கிட்ட சொன்னபோதுதான் பிரச்சனையே ஆரம்பித்தது. மற்ற இரண்டு பேரும் தங்களைத்தான் ராஜாவாக்கனும் என்று சண்டை போட ஆரம்பிச்சிட்டாங்க. ராஜா குழம்பிப் போய்விட்டார். மந்திரிகிட்ட ஆலோசனைக் கேட்டார்.

மந்திரியும் நல்லா யோசிச்சிட்டு "இவங்க ஆசைப்படுவது மாதிரியே மூன்று பேரையும் ராஜாவாக்கிடுங்க" என்றார்.

"அது எப்படி மூன்று பேரையும் ராஜாவாக்க முடியும்? என்று" ராஜா கேட்க,

"நாட்டை மூன்றாகப் பிரித்து மூன்று பேரையும் ராஜாவாக்கி விடுங்கள் மகாராஜா" என்று மந்திரி சொன்னார். ராஜாவுக்கு அந்த யோசனைதான் சரியென்று தோன்றியது. இல்லையென்றால் தான் இறந்தபிறகு சண்டைபோட்டே மூன்று பேரும் செத்துவிடுவார்கள் என்பதால் மந்திரி சொன்னதுபோலவே செய்தார். பதவி ஏற்றபின் பெரிய ராஜா மூன்று பேரையும் அழைத்து,

"மகன்களே.. நான் இந்த நாட்டை ஆண்டவரை எவருக்கும் எந்தக் கஷ்டமும் இல்லை. எவரும் பட்டினியாக இல்லை. அதுபோல ஆட்சி செய்யவேண்டும். உங்களுக்குள் ஒருவருக்கு ஒருவர் போர் தொடுக்கக் கூடாது" என்று சத்தியம் வாங்கிக்கொண்டார். சில நாட்கள் கழித்து பெரிய ராஜா இறந்துவிடுகிறார்.

தேசிங்கும், கலிங்கனும் பெரிய ராஜா சொன்னதுபோல தங்கள் நாட்டை ஆட்சி செய்தார்கள். ஆனால் வானவன் ராஜா மட்டும் அப்படிச் செய்யவில்லை. மந்திரிகள் சொல்கிற எந்த நல்ல ஆலோசனையையும் கேட்காமல் தன் விருப்பம் போலவே நடந்துகிட்டார்.

இப்படித்தான் ஒருநாள் கிராமத்திலிருந்து விவசாயிகள் ராஜாவைப் பார்க்க வந்தார்கள். அவர்களைப் பார்த்ததும் என்ன செய்தி என்றார். அதற்கு விவசாயிகள்..

"இந்த வருஷம் நல்ல மழை பெய்ஞ்சதால, நிறைய நெல் விளைஞ்சது. அதனால் எங்கள் ஊர் கோவிலில் நெல் திருவிழா நடத்த ஆசைப்படறோம். அதுக்கு நீங்க அனுமதி தருவதோடு நீங்களும் அந்த திருவிழாவுல கலந்துகிட்டா எங்களுக்கு ரொம்ப சந்தோஷமாக இருக்கும்" என்றார்கள். அதற்கு வானவன் ராஜா..

"நிறைய நெல் விளைஞ்சது என்றால் அதை மீண்டும் வயலிலேயே போடவேண்டியதுதானே.. அதை ஏன் அறுவடை செய்தீங்க.." என்று ராஜா சொன்னதைக் கேட்டு விவசாயிகள் என்ன சொல்வது என்று தெரியாமல் நின்றார்கள்.

இது பரவாயில்லை. சபைக்கு ஒரு வழக்கு வந்தது.

நகை செய்பவரிடம் ஒருவர் தனக்கு நகை செய்வதற்காக பணம் கொடுத்திருக்கிறார். அவர் நகையும் செய்து தரவில்லை. பணத்தையும் திருப்பிக் கொடுக்கவில்லை. பணம் கொடுத்தவர் ராஜாவிடம் புகார் தந்தான்.

இருவரையும் விசாரித்த ராஜா நகை செய்பவரிடம் கேட்டார்..

“ஏன்.. இவனுக்கு நகை செய்து தரவில்லை..?”

“தங்கமே கிடைக்கவில்லை மகாராஜா அதனால்தான் நகை செய்யவில்லை” என்றான்.

வாங்கிய பணத்தையாவது திருப்பி கொடுத்திருக்கலாமே என்றதற்கு

பணத்தை செலவழித்துவிட்டேன் மகாராஜா என்றான்.

ராஜா, புகார் தந்தவனிடம்..

“அவன் நீ கொடுத்த பணத்தை செலவழித்து விட்டானாம். அவனைப் பார்க்க பாவமாக இருக்கிறது. அதனால் நீ வேறு பணம் கொடுத்து நகை செய்துகொள்'' என்று தீர்ப்பு சொன்னதைக் கேட்டு புகார் தந்தவன் மனம் நொந்துபோய் விட்டான்.

வானவன் ராஜா இதைப் போலவே எல்லா விஷயங்களிலும் நடந்து கொள்வதை மந்திரி கேள்வி கேட்டதும், மந்திரியை சிறையில் அடைத்துவிட்டார்.

ராஜாவின் இந்த விசித்திர செய்கைகள் நாட்டு மக்களுக்கு கொஞ்சம் கொஞ்சமாக தெரியவந்தன.

ராஜாவின் முட்டாள்தனமான செயல்களைப் பார்த்த அரண்மனை வேலைக்காரர்கள் ராஜாவுக்கு பட்டப் பெயர் ஒன்று வைத்தார்கள். அந்தப் பெயர் அரண்மனை காவலாளி களைத் தவிர வேறு யாருக்கும் தெரியாது. பறவைகளிலேயே முட்டாள் பறவை வாத்து. அதனால் வானவன் ராஜாவுக்கு காவலாளிகள் வைத்த பெயர்.

வாத்து ராஜா..

பாகம் 3

வாத்துராஜா அரண்மனையில் முக்கியமான காவலாளி சம்பு. அவன்தான் சபைக்கு மன்னர் வருவதைத் துதி பாடி சொல்லவேண்டும். அவன் ஒருநாள் வீட்டில் சாப்பிட்டுக் கொண்டிருக்கும்போது அவனது மனைவி'

"நம்ம ராஜா ஏன் இப்படி கிறுக்குத்தனமாக இருக்கிறார்" என்கிறாள்.

"வாத்து ராஜான்னா அப்படித்தான் செய்வார்" என்று வாய்த்தவறி சொல்லிவிடுகிறான். இந்த பெயரை யாரிடமும் சொல்லிவிடாதே என்று தன் மனைவியிடம் சொல்லிவிட்டு அரண்மனைக்குச் சென்று விடுகிறான்.

சிறிது நேரத்தில் சம்பு வீட்டிற்கு மோர் விற்கும் பாட்டி வந்தாள். சம்புவின் மனைவி கணவன் சொன்னதையே நினைத்து சிரித்துக்கொண்டிருந்தாள்.

"என்னடி தனியாக சிரித்துக்கொண்டிருக்க..?" என்று பாட்டி கேட்டதற்கு, ஒன்றுமில்லை என்று சமாளிக்கப் பார்க்கிறாள்.

பாட்டி விடாமல்... "கண்டிப்பா ஏதோ இருக்கு.. அதை நீ சொல்லாவிட்டால் உனக்கு மோர் கொடுக்கமாட்டேன்." என்றதும், தன் கணவன் சாப்பிட மோர் கொடுக்காமல் பாட்டி போய்விடுவாள் என்பதால்..

‘‘பாட்டி ஒரு விஷயம் சொல்வேன். யாரிடமும் சொல்லக்கூடாது. என்ன சரியா..?’’

இப்படி அவள் கேட்டதும், பாட்டிக்கும் ஆவல் அதிகமானது. பாட்டியும்.. “நான் யாரிடமும் சொல்ல மாட்டேன். நீ தைரியமா சொல்லு” என்றாள்.

“என் கணவர் சொன்னார். நம்ம ராஜாவின் கிறுக்குத்தனத்தைப் பார்த்து காவலாளிகள் எல்லாம் சேர்ந்து அவருக்கு வாத்து ராஜா என்று பட்டப்பெயர் வச்சிருங்காங்களாம்.. பாட்டி திரும்பவும் சொல்றேன்... இதை யாரிடமும் நீ சொல்லிடாதே..

“சரி..சரி.. நான் வாரேன்..”

என்று சொல்லிவிட்டு மோர் விற்க அடுத்த தெருவிற்கு போய்விட்டாள். பாட்டி போய்க்கொண்டிருக்கையில் எதிரே வாத்துகளை மேய்த்துக்கொண்டு ஒருத்தி சென்று கொண்டிருந்தாள். பாட்டி சும்மா போகாமல்,

“ஏய்! பாத்து ஓட்டிட்டு போடி, அத்தனையும் நம்ம நாட்டு ராஜாக்கள்” என கேலியாக சொல்லிவிட்டுப் போனாள்.

“என்ன சொன்ன.. நம்ம நாட்டு ராஜா என்று ஏன் சொன்ன..” என்று வாத்து மேய்ப்பவள் பாட்டியை விடாமல் கேட்க, யாரிடமும் சொல்லக்கூடாது என்று சம்பு மனைவி சொன்னதைச் சொல்கிறாள்.

இப்படி தான் மோர் விற்கும் வீட்டில் எல்லாம் யாரிடமும் சொல்லக்கூடாது சொல்லக்கூடாது என்று ராஜாவின் பட்டப்பெயர் வாத்து ராஜா என்று சொல்லிவிட்டு செல்ல அது அப்படியே அடுத்த ஊருக்குப் போய், அதற்கு அடுத்த ஊருக்கு என போய்க்கொண்டே இருந்தது.

நாட்டு மக்கள் எல்லோருக்கும் ராஜாவின் பட்டப் பெயர் தெரிந்துவிட்டது.

வழக்கமாக வாத்து ராஜா.. ச்சே.. எனக்கும் வாத்து ராஜா என்றே வருது.. வழக்கமாக வானவன் ராஜா புது ஆண்டு துவங்கும் அன்று நாட்டு மக்களை பெரிய மைதானத்தில் சந்திப்பார். சந்திப்பு முடிந்ததும் பெரிய விருந்து தருவார்.

விருந்துக்கு வருபவர்களுக்கு ராஜா பரிசு தருவார். அதுபோல அவர்களும் ராஜாவுக்கு ஏதாவது பரிசு தரவேண்டும். அதற்காக ஒவ்வொருவரும் தன் வீட்டிலிருந்து ஆடு, கோழி, நெல், கரும்பு என்று ஏதாவது எடுத்து வருவார்கள். அதைப்போலவே இந்த ஆண்டும் எல்லோரும் வந்திருந்தனர்.

இன்னும் சிறிது நேரத்தில் வானவன் ராஜா வந்துவிடுவார் என எல்லோரும் காத்திருக்கின்றனர். ராஜா வருவதை துதி பாடி அறிவிக்கும் சம்பு வந்து நிற்க, மக்கள் எல்லோரும் எழுந்து நின்றனர். ராஜா வந்துகொண்டிருக்க..

சம்பு பாடத் துவங்குகிறான்.

ராஜாதி ராஜ..

ராஜ கம்பீர..

ராஜ மார்த்தாண்ட...

ராஜ குலோத்துங்க..

ராஜ குலதிலக..

ராஜ வைராக்கிய..

ராஜ பராக்கிரம..

ராஜ ராஜ ஸ்ரீ ஸ்ரீ..

மாமன்னர் வாத்து ராஜா வருகிறார்..

பராக்.. பராக்..பராக்..

என்று ஏதோ நினைப்பில் சம்பு, வானவன் ராஜாவை வாத்துராஜா என்று பாடிவிட...

வானவன் ராஜா அடுத்து என்ன செய்வது என்று தெரியாமல் திகைத்து நிற்க..

நாட்டுமக்களும் அதிர்ச்சியில் உறைந்துபோயிருந்தனர்.

அங்கு கூடியிருந்த குழந்தைகள் எல்லாம்.. ஹே... ஹே... வாத்து ராஜா.. வாத்து ராஜா எனக் கூச்சலிட்டனர். ராஜா கோபித்துக்கொள்ளப்போகிறார் என்று பெற்றோர்கள் குழந்தைகளின் வாயைப் பொத்துகின்றனர். ராஜாவுக்கு

பரிசளிக்க வைத்திருந்த வாத்துகள் க்வாக்..க்வாக் என சத்தமிட... குழந்தைகள் மீண்டும் வாத்து வாத்து ராஜா.. வாத்து ராஜா என சத்தமிட்டனர்.

ஆத்திரமடைந்த வாத்து ராஜா..ச்சே.. வானவன் ராஜா வேகமாக அரண்மனைக்குத் திரும்பி விட்டார்.

அன்றைக்கு முழுவதும் வானவன் ராஜா தன் அறையை விட்டு வெளியே வரவே இல்லை. மகாராணி, புது மந்திரி எல்லோரும் என்ன நடக்குமோ என்று பயந்துட்டு இருந்தாங்க.. சம்பு, தன் மனைவியை அழைச்சிட்டு நாட்டை விட்டே ஓடிட்டான். மக்களுக்கும் ஒரே பயம்தான்.

அன்றைக்கு இரவு ராஜா தூங்கினாரா இல்லையான்னு தெரியாது. ஆனால் நாட்டு மக்கள் யாருமே தூங்கவில்லை. ராஜா அடுத்து என்ன செய்வாரோ என்று கவலைப் பட்டுக்கொண்டிருந்தார்கள். குழந்தைகள் மட்டும் நன்றாகத் தூங்கினார்கள்.

அடுத்த நாள் காலை. ராஜா படுக்கையிலிருந்து எழுந்து காலைக்கடன்கள் முடித்து ஒப்பனை ஏதும் பூசிக்கொள்ளாமல் உணவுகூட உண்ணாமல் சபைக்கு வந்தார். முகம் எல்லாம் வாடி இருந்தது. சபைக்குள் நுழையும்போது சம்புவுக்கு பதில் வேறு ஒருவன் ராஜாதி ராஜ.. என்று துதி பாட ஆரம்பிக்க, அவன் பாடுவதை நிறுத்துமாறு கைகாட்டி விட்டு அரியாசனத்தில் அமர்ந்தார் வானவன் ராஜா.

பாகம் 4

புதுமந்திரி மெதுவாக ஆரம்பித்தார். "மகாராஜா.. துதி பாடின சம்புவை தேடிட்டு இருக்கோம். கண்டு பிடிச்சதும் அவன் தலையை வெட்டிவிட உத்திரவிடுங்கள் மகாராஜா"

ராஜா மந்திரியைப் பார்த்து முறைத்துவிட்டு "அவன் தலையை வெட்டிவிட்டால் எனக்கு நேர்ந்த இந்த அவமானம் போய்விடுமா?"

மந்திரி தலையைச் சொறிந்துகொண்டே "அப்படியென்றால்.. வேறு ஒரு நல்ல யோசனை இருக்கிறது மகாராஜா.. இந்த பட்டப் பெயரை வைத்தவனை கண்டுபிடித்து அவன் தலையை வெட்டிவிடலாம்"

ராஜாவின் கோபம் இன்னும் அதிகமானது. "அவன் யார் என்று எப்போது கண்டுபிடித்து எப்போது தண்டித்து எப்போது என் அவமானம் போவது?"

கோபம் தலைக்கேறி கத்தினார் ராஜா.

அந்த சபை சத்தம் இல்லாமல் அப்படி ஒரு அமைதியாக இருந்துச்சு. எல்லோரும் ஒருத்தர் முகத்தை ஒருத்தர் பார்த்திட்டு இருந்தார்கள்.

திடீரென்று ராஜாவின் முகம் பிரகாசமாகியது. அது எல்லோர் முகத்திற்கும் பரவியது. ராஜா எழுந்து நின்று சபையினரைப் பார்த்து..

"பறவையிலேயே முட்டாள் பறவை வாத்து. அதனால்தான் எனக்கு அந்தப் பெயரை வைத்து அவமானப்படுத்திவிட்டனர். "அதனால்.."

ராஜா என்ன சொல்லப்போகிறார் என்று கூர்மையாக கேட்டுக்கொண்டிருந்தனர். ராஜா தொடர்ந்தார்.

"அதனால் நமது நாட்டிலுள்ள வாத்து எல்லாவற்றையும் கொன்றுவிட்டால், வாத்து என்ற பறவையே இல்லாமல் செய்துவிட்டால் அந்த பட்டப்பெயருக்கு அர்த்தம் இல்லாமல் போய்விடும் அல்லவா?"

மந்திரியிடம் திரும்பி..

"மந்திரியாரே.. உடனடியாக நமது நாட்டில் உள்ள வாத்துகள் எல்லாவற்றையும் நமது காவலாளிகளை அனுப்பி கொல்லச்சொல்லுங்கள். வாத்து வளர்ப்பதும் வைத்திருப்பதும் நாட்டுக்கு விரோதச் செயல் என முரசு அறிவியுங்கள் அப்படி தெரியாமல் வைத்திருப்பவர்களுக்கு சிறைத்தண்டனை என்று அறிவியுங்கள். காட்டில்கூட வாத்துகள் இருக்கக்கூடாது"

என்று உத்தரவிட்டப் பிறகு சபையினரைப் பார்த்தார் ராஜா.

யாரோ வைத்த பெயருக்காக வாத்துகளைக் கொல்வது பாவம் என்று சபையில் பலரும் நினைத்தனர். ஆனால் அதை சொன்னால் தன் தலையை வாங்கிவிடுவார் என்பதால் மௌனமாக இருந்தனர்.

ராஜாவிடம் காக்கா பிடிக்கும் மந்திரி மட்டும்.

"மிகவும் அற்புதமான யோசனை மகாராஜா.. இந்த மாதிரியான சிக்கலை இவ்வளவு அறிவுப்பூர்வமாக தீர்க்க இந்த உலகில் உங்களுக்கு இணை யாருமில்லை. உங்களின் ஆணையை இரண்டே தினங்களில் முடித்துவிடுகிறோம் மகாராஜா.." எனச் சொல்லிவிட்டு வணங்கினான்.

வானவன் ராஜா சிரித்துக்கொண்டே சபையைக் கலைந்துபோகச் சொன்னார்.

மந்திரி காவலாளிகளை நான்கு குழுவாகப் பிரித்து வாத்துகளைக் கொல்வதற்கு அனுப்பினார்.

பாகம் 5

அந்த நாட்டில் பறவை மலை என்று ஒரு மலை இருந்தது. அந்த மலையில் எல்லாவிதமான பறவைகளும் இருந்ததால அதுக்குப் பறவை மலை என்று பேரு வந்தது. அந்த மலை அரண்மனைக்கு அருகில் இருந்ததால் வானவன் ராஜா அடிக்கடி அங்க வேட்டைக்கு வருவார். புலி, சிங்கம் என்று வேட்டையாடாமல் பறவைகளை வேட்டையாட வந்திருக்காரு பாரு.. என்று அவர்கூட வந்த காவலாளிகள் பேசிப்பார்கள்.

அந்த மலை தொடங்குகிற இடத்தில் ஆறு ஓடிக்கிட்டு இருக்கும். அந்த ஆற்றங்கரையில் நான்கைந்து குடிசைகள் மட்டுமே இருந்தன. அதில் பாதிபேர் வேட்டைக்காரர்கள். பறவைகளை வேட்டையாடி ஊருக்குள் கொண்டு கொடுத்துவிட்டு அதற்கு பதில் அரிசி பருப்பு என்று வாங்கி வருவார்கள்.

அந்தக் குடிசைகளில் கடைசி குடிசையில் சுந்தரியும் அவளோட பாட்டியும் இருந்தார்கள். சுந்தரி சுட்டிப்பெண். அவளுக்குப் பறவைகளை வேட்டையாடுவது சுத்தமா பிடிக்காது. அதனால் அவள் பாட்டிகிட்ட பறவைகளை பிடிக்கக் கூடாது என்று எப்போதும் சண்டை போடுவாள். பாட்டியும், பறவைகள் பாவம்தானே என்று பறவைகளைப் பிடிக்காமல் அங்கு இருக்கிற கிழங்குகளை பிடுங்கிக்கொண்டு ஊரில் கொடுத்துட்டு தனக்கும் சுந்தரிக்கும் தேவையானதை வாங்கிக்கொண்டு வருவாள்.

அன்றைக்கு சுந்தரி, தானும் பாட்டியுடன் ஊருக்குள் வருவேன் என்று அடம்பிடித்து கூடவே போனாள். நிறைய வீடுகளைப் பார்த்ததும் சுந்தரிக்கு ஒரே சந்தோஷம். புதுவிதமான கூரை வீடுகளை அதிசயமாகப் பார்த்துட்டே வந்தாள். கடைத்தெருவுக்கு போனதும் பாட்டி சுந்தரிக்கு இனிப்பு வாங்கித் தந்தாள்.

"சுந்தரிக்கு எல்லாமே புதுசா இருந்தது. ஒன்னு ஒன்னா நின்று வேடிக்கை பார்த்துக்கிட்டே வந்தாள்.

"பாட்டி நான் இனிமே தினமும் உன்கூட ஊருக்குள் வருவேன்" என்றாள்

பாட்டி சிரித்துக்கொண்டே "வாயேண்டி.. எனக்கு என்ன? உனக்கு கால் வலிக்குமே என்றுதான் அழைச்சிட்டு வருவதில்லை" என்றாள்

"எனக்கு ஒண்ணும் கால் வலிக்கவேயில்லை"

பாட்டியின் கையைப் பிடித்துக்கொண்டு போய்க்கொண்டிருந்தவளின் காதில் ஏதோ சத்தம் கேட்டது.

டம்..

டம்..

டம்..

டம்..

டம்..

திரும்பிப் பார்த்தால் ஒருவர் மேளம் மாதிரி வைத்திருந்தார். அதில் மரக்கொம்பு மாதிரி இரண்ட வைத்துக்கொண்டு ஒரு கொம்பால அடிச்சிட்டு உடனே அடுத்த கொம்பால அடிச்சிட்டு இருக்கிறதை சுந்தரி ஆசையாகப் பார்த்துகிட்டு நின்றாள்.

"பாட்டி.. எதுக்காக இப்படி அடிக்கிறாங்க?"

"நம்ம ராஜா இருக்கார்ல.. அவர் நமக்கு ஏதாவது செய்தி சொல்லனும் என்றால் இதோ இந்த தண்டோரா போடுபவர் மூலம்தான் சொல்லச் சொல்வாரு.."

"இப்ப என்ன செய்தி சொல்லப்போறாரு பாட்டி"

“தெரியலையடி.. அதான் சொல்லப்போறாங்களே கேட்போம்”

சுந்தரிக்கு ரொம்ப ஆவலாய் இருந்துச்சு. தண்டோரா போடுவதை அவள் முதன்முதலாக இப்போதுதான் கேட்கிறாள். கடைதெருவிலிருக்கும் மக்கள் எல்லோரும் அவர்கிட்ட வந்தாங்க. அவர் நிமிர்ந்து யாரையும் பார்க்கவேயில்லை. அடித்துக்கொண்டே இருந்தார். சுந்தரி அவர் எப்ப செய்தி சொல்லுவாரு, எப்படி சொல்வாருன்னு கேட்க துடித்துக்கொண்டிருந்தாள். அந்த தண்டோரா இசையும் அவளுக்குப் பிடித்திருந்தது.

டம்

டம்

டம்

டம்

டம்

அந்தக் கடைத்தெருவில் அத்தனைபேரும் தண்டோரா போடுபவரைச் சுற்றி வந்துவிட்டனர். இப்போது அவர் அடிப்பதை நிறுத்தினார். சுந்தரிக்கு முன் யாரோ ஒருவர் வந்து நின்றார். சுந்தரிக்கு தண்டோரா போடுபவரை மறைத்தது. “பாட்டி.. பாட்டி.. எனக்கு மறைக்குது தூக்கிக்க.. தூக்கிக்க பாட்டி” என கெஞ்ச.. பாட்டியும் தூக்கிக்கொண்டாள். தண்டோராகாரர் இப்போது நன்றாகத் தெரிந்தார்.

“இதனால் சகலமானவர்களுக்கும் தெரிவிப்பது என்னவென்றால்...

டம்

டம்

டம்

நாட்டு மக்களுக்கு நமது மன்னர் வானவன் ராஜா உத்தரவு...

டம்

டம்

டம்

முக்கிய காரணங்களால் நமது நாட்டில் உள்ள

டம்

டம்

டம்

வாத்துகளை கொல்லச் சொல்லி மன்னர் உத்தரவு

உத்தரவு

உத்தரவு

டம்

டம்

டம்

இன்றுமுதல் அரண்மனை காவலாளிகள் வருவார்கள்...

டம் டம்

அவர்களிடம் நீங்கள் வளர்க்கும் வாத்துகளைக் கொடுத்துவிட வேண்டும் என்பது மன்னரின் ஆணை

டம் டம் டம்

மீறி காவலாளிகளை ஏமாற்றினால் அவர்களுக்கு சிறைத்தண்டனை

டம். டம். டம்

சுந்தரிக்கு இனிப்பு வாங்கின கடைக்காரர் தண்டோரா போட்டவருக்கு குடிக்க தண்ணீர் கொண்டுவந்து கொடுத்தார். தண்ணீர் குடித்தபிறகு அவர் அடுத்த ஊருக்கு தண்டோரா போடுவதற்குக் கிளம்பினார். கடைக்காரர்கள் திரும்பவும் அவர்களின் கடைகளுக்குத் திரும்பினர்.

சுந்தரி கையிலிருந்த இனிப்பு நழுவி தரையில் விழுந்தது.

“சுந்தரி வீட்டிற்கு போலாமா? எனப் பாட்டி கேட்டுக்கொண்டிருக்க காதில் விழாதவள் போல நின்றுகொண்டிருந்தாள்.

“என்னடி சிலையாட்டம் நிக்கிற.. வா.. போவலாம்..” என்று பாட்டிதான் சுந்தரி கையைப் பிடித்து நடக்கத் தொடங்கினாள். சுந்தரிக்கு அழுகை வருவதுபோல் இருந்தது. ஏதும் பேசிக்கொள்ளாமலே நடந்து தங்கள் குடிசை வீட்டிற்கு வந்தனர்.

பாகம் 6

சுந்தரி ஆற்றோரத்திற்கு ஓடிச்சென்றாள். அங்கு அவள் ஆசையாய் வளர்த்துவரும் இரண்டு வாத்துகள் மேய்ந்து கொண்டிருந்தன. அந்த வாத்துகளைத் தூக்கி மடியில் வைத்துக் கொள்கிறாள். தண்டோராக்காரன் சொன்னது நினைவுக்கு வர அவள் கண்களிலிருந்து நீர் வடிந்தது. பாட்டி இவள் அருகில் வந்தாள்.

"சுந்தரி.. ஏம் அழுவுற... வாத்துக்கு ஏதாவது அடிபட்டுச்சா..?"

'இல்லை பாட்டி.. தண்டோராக்காரன் சொன்னது மறந்துபோச்சா உனக்கு.. நாளைக்கு வீட்டுக்கு வந்து நம்ம வாத்துகளை கொன்னுடுவாங்களே.. இப்ப என்ன பண்றது பாட்டி?"

"நானும் அதைத்தான் நினைச்சிட்டே வந்தேன் சுந்தரி. ராஜாவோட உத்தரவை மீற முடியுமா.. காவலாளி வந்தா வாத்துகளை கொடுத்திட வேண்டியதுதான்.."

பாட்டி சொல்லிமுடிக்கவில்லை. சுந்தரி அந்தப் பறவை மலையே கேட்குற அளவு "நான் கொடுக்க மாட்டேன்" என்று என்று கத்தினாள். அவளை பாட்டி பாவமாய் பார்த்தாள்.

"சுந்தரி, சொல்வதைக் கேள். அவங்க கேட்டு நாம வாத்துகளை கொடுக்கவில்லை என்றால் சிறையில அடைச்சிடுவாங்க."

என்ன சொல்லியும் சுந்தரி அழுவதை நிறுத்தவேயில்லை.

“பரவாயில்லை பாட்டி... நாம சிறையில வாத்துகளை வளர்த்துக்கலாம்” என்றாள் சுந்தரி

பாட்டிக்கு சுந்தரியை நினைத்து அழுவதா சிரிப்பதா என்று தெரியாமல் பார்த்தாள்.

“சுந்தரி.. நம்மளை மட்டும்தான் சிறையில் அடைப்பாங்க.. வாத்துகளைக் கொன்னுடுவாங்க..”

என்று பாட்டி சொல்லுவதை புரிந்துகொள்ளமுடியாமல் சுந்தரி..

“ராஜா ஏன் வாத்துகளை கொல்லச்சொல்றாரு பாட்டி?”

“அதுதான் தண்டோராகாரர் சொன்னார்ல, முக்கியமான காரணமாம்” என்ற பாட்டியிடம் சுந்தரி விடாமல்

“அதென்ன முக்கியமான காரணம்?”

பாட்டி இதற்கு என்ன பதில் சொல்வது என்று தெரியாமல் திணறினாள்.

“சுந்தரி.. ராஜா சொன்னாருன்னா நாம் கேட்கணும். கேள்வி எல்லாம் கேட்கக்கூடாது”

“ஏன்.. கேள்வி கேட்கக் கூடாது.. ஆசையா வளர்த்த வாத்துகளை அவர் கொல்லச்சொன்னா நாம கேள்வி கேட்கக் கூடாதா என்ன?”

பாட்டி எவ்வளவு சொல்லியும் சுந்தரியின் அழுகையை நிறுத்தமுடியவில்லை.

“பாட்டி.. நீ ஊருக்குள்ள போனபிறகு நான் இந்த வாத்துகள் கூடத்தானே விளையாடுவேன். இதுங்களைக் கொன்னுட்டா நான் யார் கூட விளையாடுவேன்”

சுந்தரி புலம்பினாள். சிறிதுநேரம் அழுதுவிட்டு ஓய்ந்து விடுவாள் என்று பாட்டியும் வீட்டு வேலைகளைச் செய்ய ஆரம்பித்தார். ஆனால் சுந்தரி வாத்துகளை மடியிலிருந்து கீழே இறக்கவேயில்லை.

வாத்துகள் சத்தம் போட ஆரம்பித்தன. ‘நான் கொடுக்க மாட்டேன்.. நான் கொடுக்க மாட்டேன்’ என்று சுந்தரியின் வாய் முணுமுணுத்துக்கொண்டிருந்தது.

'13

சுந்தரியைப் பார்க்க பாட்டிக்கு பாவமாய் இருந்தது. என்ன செய்வது? ராஜாவின் உத்தரவை மீற முடியுமா? பக்கத்து குடிசையிலிருந்து வந்த மீனா, பாட்டிக்கு கிழங்குகளைத் தந்துவிட்டு.. "ஏன் பாட்டி, சுந்தரி அழுகிறாள்? என்றாள். மீனா" சுந்தரியை விட கொஞ்சம் பெரியவள். காட்டில் தேக்கு மரம் வரைக்கும் சென்று கிழங்கு பறித்துவருவாள்.

பாட்டி கிழங்கை பாத்திரத்தில் வைத்துக்கொண்டே..

"நாட்டில இருக்கிற வாத்துகளை எல்லாத்தையும் கொல்லச் சொல்லி ராஜா உத்தரவு போட்டிருக்கார். சுந்தரி வாத்துகளையும் கொல்ல வருவாங்களேன்னு அழுவுறா.. ஆமாம். நீ வாத்து வளர்க்கிறியா மீனா.."

"இல்லை பாட்டி... எங்க வீட்டில் ஒரு மான் மட்டும்தான் வளர்க்கிறோம். அதுவும் சில நாள் காட்டுக்குள்ள போய்ட்டு அப்புறம் தானா வந்துடும்.."

"மீனா.. நீ போய் சுந்தரியை அழாதேன்னு சொல்லு. நான் இந்தக் கிழங்கை நெருப்பில் காட்டி எடுத்துட்டு வாரேன்" என்று சொல்லி விட்டு தீ முட்டச் சென்றாள் பாட்டி.

சுந்தரிக்கு அருகில் கிடந்த கல்லில் மீனா உட்கார்ந்து கொள்கிறாள்.

"சுந்தரி.. ஏன் இப்ப அழுவுற... இந்த வாத்துகளை கொன்னுட்டா என்ன.. எங்க வீட்டில் இருக்கிற மானை உனக்குத் தாரேன்.. அழுவாத.."

மீனாவை முறைத்துப் பார்த்தாள் சுந்தரி. ஒரு வாத்து சுந்தரியின் கையிலிருந்து நழுவி ஆற்றில் இறங்கியது. அதைப் பிடிக்க எழுந்தவளின் கையிலிருந்த இன்னொரு வாத்தும் நழுவி ஆற்றில் இறங்கி நீந்தியது. அவற்றைப் பிடிக்க ஆற்றில் இறங்கப் போன சுந்தரியை மீனா தடுத்து..

"வேணாம் சுந்தரி.. ஆற்றில் தண்ணீர் நிறையப் போகுது.. வேகமாக வேற போகுது. ஆற்றில் இறங்காதே.. வாத்து கொஞ்ச நேரத்தில் இங்கேயே வந்துடும்.." என்றாள்.

சுந்தரி கேட்பதாக இல்லை. வேகமாக ஓடிச்சென்று ஆற்றில் குதித்தாள்.

பாகம் 7

வாத்துகள் மாமரப் பக்கம் நீந்த, சுந்தரியும் அந்தப் பக்கம் செல்ல, தண்ணீரின் வேகம் அதிகரிக்க தண்ணீர் வேறு பக்கமாக இழுத்தது. சுந்தரிக்கு நீச்சல் தெரிந்தாலும் ஆற்றின் வேகத்திற்கு அவளால் நீந்த முடியவில்லை. ஆனாலும் வாத்துகளை நோக்கி விடாமல் நீந்தினாள். அவளால் முடியவில்லை. தண்ணீர் அவளைச் சாய்ந்த தென்னை மரம்பக்கமாக இழுத்தது. அவளால் அதனை எதிர்த்து நீந்த முடியவில்லை.

கரையிலிருந்த மீனா பெரிய மரக்கொம்பை எடுத்துக்கொண்டு அந்தச் சாய்ந்த தென்னை மரத்தின் வளைவு வரை ஏறி, அந்தக் கொம்பை சுந்தரி பக்கம் நீட்டுகிறாள். அந்தக் கொம்பை சுந்தரி பார்க்கவே இல்லை. அவள் வாத்துகளை பார்த்துக்கொண்டே அவற்றை நோக்கியே நீந்திக்கொண்டிருந்தாள். மீனா கொம்பை வீசிவிட்டு அவளும் ஆற்றில் குதித்தாள். மீனாவுக்கு நன்றாக நீந்தத் தெரியும். சுந்தரியிடம் நீந்திச் சென்று அவளின் தலைமுடியை பிடித்துகொண்டு ஒரு கையால் நீந்தினாள். மீனாவாலும் நீந்த முடியவில்லை. தனியாக என்றால் நீந்திவிடுவாள். இன்னொருவரை பிடித்துக்கொண்டு ஒரு கையால் நீந்துவது மீனாவுக்கு பழக்கமில்லாததால் சிரமப்பட்டு ஒரு வழியாகக் கரைக்கு வந்து சேர்ந்தனர் இருவரும். வாத்துகள் இரண்டும் எதிர்கரையில் நின்று கொண்டு இருந்தது.

சுந்தரி நிறைய தண்ணீர் குடித்திருப்பாள் போலிருந்தது. அவளின் வயிற்றில் கையை வைத்து அழுத்தினாள் மீனா. கொஞ்சம் கொஞ்சமாக தண்ணிர் வந்தது. சுந்தரி மெதுவாக

கண் விழித்துப் பார்த்ததும்தான் மீனாவிற்கு தைரியமே வந்தது.

“என்னடி பைத்தியமா? நீ வாத்துகள்தான் தினமும் மேய்ந்துவிட்டு வருமே, இன்னிக்கு மட்டும் ஏன் இப்படி நடந்துக்கிற?”

சுந்தரி ஒன்றும் பேசவில்லை. எதிர்க்கரையிலிருக்கும் வாத்துகளையே பார்த்துக்கொண்டிருந்தாள்.

“நாளைக்கு இந்த ரெண்டு வாத்துகளும் உயிரோட இருக்காது மீனா அக்கா”

மீனாவுக்கு என்ன சொல்வது என்று தெரியவில்லை. இந்த வாத்துகளை விட்டு சுந்தரியால் இருக்க முடியாது என்று மட்டும் தெளிவாகப் புரிந்தது. அவளுக்கும் என்ன செய்வதென்று புரியவில்லை. திடீரென்று அவளுக்கு ஒரு யோசனை வந்தது.

“சுந்தரி.. வா.. பரமு தாத்தாவைப் போய் பார்க்கலாம்”

சுந்தரிக்கு ஒன்றும் புரியவில்லை. இப்போது ஏன் பரமு தாத்தாவைப் பார்க்க வேண்டும். அதுக்கு பதில் நாளைக்கு காவலாளிகள் வருகிறவரை வாத்துகளோடு விளையாடிக் கொண்டிருக்கலாமே என்று நினைத்தாலும், மீனா அக்கா ஏதாவது செய்து தன் வாத்துகளை காப்பாற்றி விடுவாள் என்று மனதிற்குள் சொல்லிக்கொண்டு சுந்தரியும் அவளோடு புறப்பட்டாள்.

அதற்குள் பாட்டி கிழங்குகளை நெருப்பில் காட்டி எடுத்து வந்தாள். இவர்கள் இருவரும் நனைந்தபடி நிற்பதைக் கண்டு..

“ரெண்டு பேரும் குளிச்சிங்களா..” எனக் கேட்டாள்.

மீனாதான் பதில் சொன்னாள்.. “ஆமாம்.. பாட்டி..”

சொல்லிவிட்டு இருவரும் கிளம்ப. “எங்கடி போறீங்க.. இந்தக் கிழங்கை சாப்பிட்டுட்டு போங்க”

பாட்டியிடமிருந்த கிழங்கை வாங்கித் தின்றுக் கொண்டே நடந்தார்கள்.

பாகம் 8

பரமு தாத்தா குடிசைதான் முதல் குடிசை. அவரும் ராமு மாமாவும் இருப்பார்கள். இரண்டு பேரும் ஊருக்குள் போய் வீடுவிடாக சென்று துவைப்பதற்கு துணி வாங்கிட்டு வருவார்கள். அந்தத் துணிகளை துவைப்பதற்கு முன் யார் வீட்டு துணி என்று அடையாளக் குறி போடுவதற்காக பரமு தாத்தா மைப்புட்டி ஒன்று வைத்திருந்தார். கோழி இறக்கையின் முனையை நனைத்து துணியின் ஓரத்தில் சின்னதாக குறி இடுவார்.

அந்த மைப்புட்டியை மனதில் வைத்துதான் மீனா சுந்தரியை பரமுதாத்தாவிடம் அழைத்துச் செல்கிறாள். இவர்களுக்கு எதிரே ராமு மாமா தலையில் மூட்டை ஒன்றைத் தூக்கியபடி வந்தார்.

"ஏய் ரெண்டு பேரும் எங்க போறீங்க?"

"தாத்தாவைப் பார்க்க போறோம் மாமா" என்றாள் மீனா.

"தாத்தாவைப் பார்த்துட்டு சமர்த்தா வரணும். கழுதை மேல கல்லை எடுத்து அடிக்கக் கூடாது என்னா?"

என்று சொல்லிவிட்டு இருவரையும் பார்த்தார். இருவரும் சேர்ந்தே சொன்னார்கள்.

"சரிங்க மாமா"

ச்சத்.. ச்சத்

ச்சத்.. ச்சத்..

பரமு தாத்தா துணி துவைக்கும் சத்தம் கேட்கும் பக்கமாக இருவரும் நடந்தனர். பெரிய கல்லில் துணியை அடித்து ஆற்றில் அலசி துணியை கரையில் எறிந்த பரமு தாத்தா முன்னாடி இருவரும் நின்றனர். தாத்தா துவைக்க அடுத்த துணியை எடுத்தார். மீனா அந்த இடம் முழுவதும் கண்களால் தேடினாள் மைப்புட்டியைக் காணோம். தாத்தாவுக்குத் தெரியாமல் எடுக்க முடியாது என்று நினைத்தவள் மெதுவாக..

"தாத்தா.. தாத்தா.." என்று கூப்பிட்டாள்.

தாத்தா திரும்பி பார்த்துவிட்டு.

"ரெண்டு பேரும் சமர்த்தா நிக்கிறீங்க.. ஆச்சரியமா இருக்கு.. என்ன வேணும். கழுதை மேல சவாரி போகனுமா?"

சுந்தரி மெதுவாக கிட்ட வந்து.. "தாத்தா.. உங்ககிட்ட ஒரு செய்தி சொல்லனும்"

தாத்தா சிரித்துக்கொண்டே.. "ம்..ம்.. என்ன பெரிய மனுஷியாட்டம் பேசறீங்க.." கேட்டுக்கொண்டே கரைக்கு வந்தார்.

தலையில் கட்டியிருந்த முண்டாசை அவிழ்த்து கீழே போட்டுவிட்டு அதுமேலே உட்கார்ந்து. "அப்பாடா" என்றார்.

'மீனா நீ சொல்லு' என்பது போல கண்ஜாடைக் காட்டினாள் சுந்தரி. உடனே மீனா..

"தாத்தா.. ராஜா உத்திரவு போட்டிருக்கிறது உங்களுக்குத் தெரியுமா?" என்று ஆரம்பித்தாள்.

"ஆமாம். வாத்துகளை எல்லாத்தையும் கொல்லச் சொல்லியிருக்காரு. அதுக்கு இப்ப என்ன?"

"உங்களுக்கு வருத்தமா இல்லையா தாத்தா" சுந்தரி கோபமாய் கேட்டாள்.

தாத்தா அவளைப் பார்த்து சிரித்துக்கொண்டே.. "நான் ஏன் வருத்தப்படனும்.. எங்க கிட்டதான் வாத்து

இல்லையே கழுதையை கொல்லச்சொன்னாதான் நான் வருத்தப்படணும்”

என்று சொல்லி விட்டு வேட்டி மடிப்பிலிருந்து வெற்றிலையை எடுத்தார்.

“ஆனா.. சுந்தரி கிட்ட இரண்டு வாத்து இருக்கே தாத்தா.. அதான் அவள் அழுவுறா”

மீனா சொன்னதும்தான் தாத்தாவுக்கு சுந்தரி வாத்து வளர்க்கிறது நினைவில் வந்தது.

“அடடா.. ஆமா.. சுந்தரி நீ வாத்து வளர்க்கிற இல்ல... பாவம்... என்ன செய்யறது... ராஜா சொல்லியாச்சினா நாமெல்லாம் கேட்டுக்க வேண்டியதுதான்..”

சுந்தரிக்கு தாத்தா சொன்னதைக் கேட்டு கோபமாய் வந்தது.

“தாத்தா உங்க கழுதையைக் கொல்லச் சொல்லியிருந்தா உடனே கொன்னுடுவீங்களா?” என்றாள். தாத்தா இப்போதுதான் யோசித்தார். இருந்தாலும் என்ன செய்யறது என நினைத்துக்கொண்டே...

“சுந்தரி, நீ ஆசையா வளர்க்கிற சரி.. ராஜா சொல்லிட்டருன்னா நாம என்ன செய்ய முடியும் கண்ணு..?”

மீனா குறுக்கிட்டு..

“செய்ய முடியும் தாத்தா.. அதுக்கு நீங்கதான் எங்களுக்கு உதவி செய்யனும்.” என்றாள்

தாத்தா மீனாவை ஆச்சரியமாகப் பார்த்தார். அவள் தொடர்ந்தாள்.

“நீங்க மைப்புட்டி ஒன்னு வச்சிருக்கீங்களே அது எங்களுக்கு வேணும்”

தாத்தாவுக்கு ஒன்றுமே புரியவில்லை.

மீனா என்ன சொல்லப் போகிறாள் என்பதை சுந்தரியும் ஆவலாய் கேட்டுக் கொண்டிருந்தாள். சுந்தரியிடமும் மீனா தன் திட்டத்தை சொல்லவில்லை.

மீனா இரண்டு பேரையும் ஒருமுறை பார்த்துவிட்டு தன் திட்டத்தை சொல்கிறாள். சுந்தரிக்கு அப்போதுதான் தெம்பு வந்தது. தாத்தாவும் சரி என்று மைப்புட்டியை கொடுத்தார்.

பாகம் 9

மைப்புட்டியை வாங்கிக் கொண்டு இருவரும் சுந்தரி வீட்டிற்கு வருவதற்குள் இருட்டி விட்டது.

விளக்கில் ஒளி ஏற்றி வைத்தாள் பாட்டி. சுந்தரிக்கும் மீனாவுக்கும் இரவு சாப்பாட்டை தட்டில் போட்டு வைத்துவிட்டு அவர்கள் பக்கத்திலேயே உட்கார்ந்துகொண்டாள். பாட்டி. சாப்பாடு வைத்ததை பார்க்கக் கூட இல்லை இருவரும். ஆளுக்கொரு வாத்தை மடியில் வைத்துக்கொண்டிருந்தனர். கோழி இறக்கை முனையை மைப்புட்டியில் நனைத்து வாத்தின் மேல் பூ பூவாக வரைந்துகொண்டிருந்தனர். மை வழுக்கி கொண்டே போனது. உடனே மீனா விசிறியெடுத்து வந்து மை உலர்வதற்காக விசிறினாள். பாட்டிக்கு ஏதும் புரியவில்லை.

“என்னடி செய்யறீங்க..”

“வாத்துங்க மேல படம் வரைஞ்சி. வேற பறவை மாதிரி மாத்தறோம் பாட்டி. காவலாளிங்க வந்து கேட்டா இது வாத்து இல்லைன்னு சொல்லி ஏமாத்திடலாம்” என்றாள் மீனா.

“இதைப் பார்த்திட்டு காவலாளிங்க ஏமாந்திடுவாங்களா என்ன?” பாட்டி கேட்டாள்.

சுந்தரி பாட்டியைத் திரும்பி முறைத்தாள். “நாங்க ஏதோ செய்யறோம். ஒருவேளை காவலாளிங்க ஏமாந்திட்டா வாத்துங்க தப்பிச்சிடும் இல்லையா” என்றாள்.

பாட்டி அதற்கு..“சரிதான் சுந்தரி.. காவலாளிகள் கண்டுபிடிச்சிட்டா நம்ம மூணு பேருக்கும் பெரிய தண்டனையா கிடைச்சிட்டா என்ன செய்யறது?” என்றாள்.

மீனாவுக்கு இப்போது கொஞ்சம் பயம் வந்தது. சுந்தரியைப் பார்த்தாள்.

“மீனா அக்கா நீ பயப்படாதே.. பாட்டி இப்படித்தான் பயமுறுத்திட்டே இருக்கும். வா.. இன்னும் கொஞ்சம் பூ வரையலாம்” என்று அழைத்துக்கொண்டு வெளியே வருகிறாள். சுந்தரிக்கு என்ன செய்தாவது வாத்துகளை காப்பாற்றி விடவேண்டும்.

இரவு சாப்பாட்டினை மூன்று பேருமே சாப்பிடவில்லை. மீனாவும் அவள் வீட்டுக்குப் போகாமல் அங்கேயே படுத்துக்கொண்டாள். மூவரும் நாளை வரப்போகும் காவலாளிகளை நினைத்து தூங்காமல் படுத்துக்கிடந்தார்கள்.

அடுத்த நாள் காலை. ஆற்றங்கரையில் சுந்தரியும் மீனாவும் உட்கார்ந்திருந்தார்கள். ஆற்றில் நேற்றையைவிட இன்று தண்ணீர் அதிகமாகவும் வேகமாகவும் போய்க்கொண்டிருந்தது. வாத்துகளை மேய்வதற்கு திறந்துவிடாமல் கூடைக்குள்ளே அடைச்சிவச்சிட்டு பாட்டி கொடுத்த தானியத்தை அதற்கு தின்னக் கொடுத்தனர்.

தூரத்தில் பரமு தாத்தா இவர்களை நோக்கி வருவதுபோல இருந்தது. எப்படியும் ஊருக்குள் போய்விட்டு வருவார். தாத்தா கிட்ட வந்து., “சுந்தரி, வாத்துகளைக் கொல்ல காவலாளிகள் ஊருக்குள்ள வந்துட்டானுங்க.. எப்ப வேணாலும் இங்க வரலாம்” என சொல்லிவிட்டு திரும்பிச் சென்றார். இருவரும் ஒருவரை ஒருவர் பார்த்து எச்சில் விழுங்கினார்கள். பாட்டி குடிசைக்குள்ளிலிருந்து வெளியே வந்து..

“ஏங்கடி வெயில் உச்சியில் ஏறிடுச்சி.. ரெண்டு பேரும் சாப்பிடாம அங்கேயே உட்கார்ந்திருந்தா என்ன செய்யறது.. வாங்க ரெண்டு பேரும் கொஞ்சமா சாப்பிடுங்க” என்றாள்.

சுந்தரிக்கு அழுகையாய் வந்தது. மீனாவுக்கும் என்ன செய்வதென்றே புரியவில்லை. அதற்குள் அந்தத் தெருவிற்குள் குதிரைகளின் காலடிச் சத்தம் நெருக்கமா கேட்டது. புழுதி

பரக்க நான்கு குதிரைகளில் காவலாளிகள் அந்தத் தெருவிற்குள் நுழைந்தார்கள். சுந்தரிக்கு வயிற்றில் யாரோ அழுத்துவதுபோல இருந்தது. ஒவ்வொரு வீட்டிலேயும் வாத்து இருக்கா என்று காவலாளிகள் பார்த்துவிட்டு வந்தார்கள். நான்கு காவலாளிகளில் ரெண்டு பேர் கையில் கூர்மையான வாள் இருந்தது. அதன் நுனிப்பகுதியில் ரத்தம் படிஞ்சி சிவப்பா இருந்தது. அதைப் பார்த்ததும் மீனாவுக்கு பயம் அதிகமாயிடுச்சு. மீனா வீட்டுக்குள் காவலாளிகள் நுழைகிறார்கள். அவள் வீட்டில் வாத்து கிடையாது. அடுத்து சுந்தரி வீடுதான். சுந்தரி விறகுப் பொறுக்கப் போனபோது ஒரு கல் நட்டிருந்தது. பாட்டிதான் சொன்னாள் "சுந்தரி இதுதான் நமக்கு சாமி. இதை நல்லா கும்பிட்டுக்க. கும்பிட்டா நமக்கு கஷ்டமே வராது.

"அது சுந்தரிக்கு நினைவில் வர சுந்தரி அந்த கல் சாமியை நினைச்சு கைகுவிச்சி வேண்டிகிட்டாள். "சாமி எப்படியாவது என் வாத்துகளை காப்பாத்து" என வாய்விட்டுச் சொன்னாள். கண்களை இறுக்கமாக மூடிக்கொண்டாள்.

பாகம் 10

“இது யார் குடிசை”

குரல் கேட்டு கண்களை மெல்லத் திறந்தாள் சுந்தரி. நான்கு காவலாளிகளும் சுந்தரி வீட்டு வாசலில் நின்றுகொண்டு இருந்தார்கள். பாட்டி வெளியே வந்தாள். சுந்தரியும் மீனாவும் அவர்கள் முன்னாடி நின்று கொண்டு ‘என்ன வேண்டும்?” என்றார்கள்.

“உங்க வீட்டில் வாத்து வளர்க்கிறீங்களா” என்று கேட்டான் ஒருவன்.

சுந்தரி, “இல்லையே, எங்க வீட்டில் வாத்து ஏதும் இல்லை” என்றாள்.

அதற்கு உடனே அவன்,

“உங்க வீட்டில் வாத்து இருக்கிறதா தச்சு வேலை செய்பவர் சொன்னாரே”

அதற்குள் பாட்டி வந்து,

“இந்தாங்கய்யா மோர் குடிங்க” என்றாள். மோரை வாங்கிக் குடித்துவிட்டு குடிசைக்குள் வந்து பார்த்தனர். அங்கு ஒரு கூடை கவிழ்த்திருப்பதைப் பார்த்துவிட்டு,

“அந்தக் கூடையில என்ன மூடிவச்சிருக்கீங்க” என்றான்.

யாரும் பதில் சொல்லாததால் அவனே அந்தக்கூடையை தன் வாளால் புரட்டிவிட்டான். உள்ளிருந்த வாத்துகள் ரெண்டும் ஓடிவந்தன. அதனைத் தப்பிக்க விடாமல் பிடித்துக்கொண்டான். வெளியே வந்து சுந்தரியைக் கோபமாய் பார்த்து.

“ஏய்! சின்னப்பெண்ணே.. வாத்து வளர்க்கவே இல்லை என்று சொன்னாயே .. இது என்ன.. என்னிடமே பொய் சொல்கிறாயா?” என்று கேட்டான்.

சுந்தரி தைரியத்தை வரவழைத்துக்கொண்டு..

“அவை வாத்துகள் இல்லை.. வேறு புதுவகையான பறவைகள்” என்றாள்.

காவலாளிமீண்டும் வாத்துகளைப் பார்த்தான்.

“யாரை ஏமாற்றப் பார்க்கிறாய். இவை வாத்துகளே. இதை இப்போதே கொல்லப்போகிறேன்.'' என்று வாளை ஓங்கினான்.

சந்தரி சத்தமாய்ச் சொன்னாள்.

“நிறுத்துங்கள்.. நாங்கள் காட்டுக்கு விறகு பொறுக்கப் போனபோது காட்டுக்குள் இருந்து பிடித்துவந்தவை. இவை வாத்து இல்லை என்று இங்கு இருக்கும் எல்லோரும் சொல்லியிருக்கிறார்கள். அதனால் நீங்கள் இதைக் கொல்லக் கூடாது”

காவலாளி ரெண்டு வாத்துகளையும் நன்றாக உற்றுப் பார்த்தான். அப்போதுதான் அவை இறக்கைகளில் பூ பூவாக இருந்தது அவனுக்குத் தெரிந்தது. ஆச்சரியப்பட்டாலும் இவை பார்ப்பதற்கு வாத்து மாதிரியே இருக்கிறதே என்று நான்கு பேரும் குழம்பினர்.

காவலாளிகளின் குழம்பிய முகம் சுந்தரிக்கு இன்னும் தைரியத்தைத் தந்தது. அவள் அவர்களிடம்..

“வாத்து இறக்கைகள் மீது இம்மாதிரி பூ பூவாக பார்த்திருக்கிறீர்களா” எனக் கேட்டாள்.

நான்கு பேரும் “இல்லை” என்றனர். இதுதான் சமயம் என்று மீனா குறுக்கிட்டு..

"ஆமாம் அய்யா.. சுந்தரி வீட்டில் இருப்பது வாத்து இல்லை அவை வினோத பறவைகள்" என்றாள்.

காவலாளிகள் இன்னும் குழம்பிவிட்டனர். ஆயினும் அதில் ஒருவன் சொன்னான்.

"இது வாத்து இல்லை என்றால் என்ன.. பார்ப்பதற்கு வாத்து மாதிரியே இருப்பதால் கொன்றுவிடுவோம்"

மற்றவர்களும் "சரி" என்றனர்.

சுந்தரிக்கு கலக்கமாகிவிட்டது என்றாலும் அதை வெளியே காட்டிக்கொள்ளாமல்..

"காவலாளிகளே.. வாத்துகளை கொல்லத்தான் நம்ம ராஜா ஆணையிட்டிருக்கிறார். இது வாத்து இல்லை என்று தெரிந்தும் இதை நீங்கள் கொன்றால் நான் ராஜாவிடம் சென்று முறையிடுவேன்.. ஜாக்கிரதை" என்றாள்.

எங்கே இந்தச் சின்னப்பெண் சொல்வதைக் கேட்டு ராஜா நமக்கு தண்டனை ஏதாவது கொடுத்துவிடப்போகிறாரோ என்ற பயம் வந்துவிட்ட்து. ஏனென்றால் நம்ம ராஜாதான் வாத்து ராஜாவாச்சே.. இப்போது என்ன செய்வது என்று குழம்பி நின்றனர்.

இதுதான் நேரம் என்று அவர்கள் கையிலிருந்த வாத்துகளை பறித்து மீண்டும் கூடையில் அடைத்தாள் பாட்டி.

காவலாளிகள் நீண்ட நேரம் யோசித்து ஒரு முடிவுக்கு வந்தனர். அவர்கள் சுந்தரியிடம்..

"ஏய்! சின்னப்பெண்ணே... நீ சொல்வதை நாங்கள் ஏற்றுக்கொள்வதா, இல்லையா என்று எங்களுக்கு தெரியவில்லை. இவை வாத்து இல்லை என்பதற்கு வேறு அடையாளம் இருக்கிறதா.. அப்படி இல்லையென்றால் நாங்கள் இவற்றைக் கொன்றுவிடுவோம்" என்றனர்.

வேறு அடையாளமும் இருக்கு. இவை போடும் முட்டைகளின் மேலும் இதன் உடம்பில் இருப்பதைப்போல பூ பூவாக இருக்கும்" என்றாள் சுந்தரி.

சுந்தரிக்கு எப்படி அந்த யோசனை வந்தது என்று தெரியவில்லை. சொன்னபிறகுதான் முட்டையை கொண்டுவரச்

சொன்னால் என்ன செய்வது என்று நினைத்தாள். அவள் நினைத்த மாதிரியே..

“சின்னப் பெண்ணே.. மீண்டும் எங்களை ஏமாற்றப் பார்க்காதே.. போய் அந்த முட்டையை எடுத்துவா” என்றனர். சுந்தரி தன் அடுத்த பொய்யை சொல்ல ஆரம்பித்தாள்.

“காவலாளிகளே. இவை இன்று இட்ட முட்டையை நாங்கள் சமைத்து சாப்பிட்டுவிட்டோம்” என்றாள்.

“அப்படி என்றால் நாளை முட்டை இடும் அல்லவா?”

சுந்தரியும், “ஆமாம் இடும்” என்றாள்.

அப்படி என்றால் சரி.. நாளை காலை நாங்கள் வருவோம். அப்போது எங்களுக்கு இந்தப் பறவை போடும் பூ போட்ட வாத்து முட்டையைக் காட்டவேண்டும். இல்லையென்றால் வாத்துகளை கொன்றுவிடுவோம். அதோடு உங்களையும் சிறையில் அடைப்போம். என்று சொல்லிவிட்டு குதிரைகளில் ஏறி பாய்ந்துசென்றனர்.

புழுதி அப்பிய முகத்தோடு சுந்தரி, மீனா, பாட்டி மூன்றுபேரும் திகைத்து நின்றனர். என்ன செய்வது என்று புரியாமல் ஆற்றோரத்தில் மூவரும் உட்கார்ந்தனர். சுந்தரி காட்டில் மறையும் சூரியனை மறையாமல் செய்ய முடியாதா என்று யோசிப்பவளைப் போல சூரியனையே பார்த்துக்கொண்டிருந்தாள். சூரியன் மறைந்து, இரவு வர ஆரம்பித்தது.

“அடுத்த நாள் என்னாச்சு”

“அடுத்த நாள் என்னாச்சு”

பாகம் 11

“அடுத்த நாள் என்னாச்சு”

“அடுத்த நாள் என்னாச்சு”

அணில் ஆவலாய்க் கேட்டது. அமுதாவும் கீர்த்தனாவும் அணில் ஆர்வத்தைக் கண்டு ஆச்சரியப்பட்டார்கள்.

அமுதா கதையை அதோட நிறுத்தியிருக்க.. கீர்த்தனா அணிலிடம் சொன்னாள்.

“அமுதாவோட பாட்டி இந்தக் கதையை நேத்து இரவு சொன்னாங்களாம். இந்த இடம் வரும்போது இவள் தூங்கிட்டாளாம். இதுக்கு அப்புறம் என்ன நடந்துச்சுன்னு தெரியல.. இதுவரைக்கும்தான் எனக்கும் சொன்னாள். இதைக் கேட்டதிலிருந்து பார்க்கிறதெல்லாம் பூ படம் போட்ட வாத்து முட்டையாகவே தெரியுது. அதனால்தான் டீச்சர் போர்டில் எழுதினதும் வாத்துமுட்டை மாதிரி தெரிஞ்சுது...”

அணில், அமுதாவை பாவமாய்ப் பார்த்தது. அணிலுக்கே சுந்தரியின் வாத்துகள் என்னாச்சுன்னு தெரிந்துகொள்ளவேண்டும் எனும் மனசு துடித்தது.

“சரி.. விடு.. இன்னிக்கு பள்ளிக்கூடம் விட்டப்பறம் போய் உன் பாட்டிகிட்ட கேட்டுக்க வேண்டியதுதானே.. அப்படி கேட்டவுடன் நாளைக்கு என்னிடம் வந்ததும் சொல்லனும் அதுக்காக நான் காலையிலேயே காத்திருப்பேன்” என்றது அணில்.

இருவரும் சரி என்று தலையசைத்து விட்டு வகுப்பறைக்கு சென்றார்கள்.

#

டங்.. டங்.. டங்..டங்

டங்.. டங்.. டங்..டங்

டங்.. டங்.. டங்..டங்

டங்.. டங்.. டங்..டங்

பள்ளிக்கூடத்தின் கடைசி மணி அடித்ததும் முதல் ஆளாய் அமுதா பையைத் தூக்கிக்கொண்டு ஓடினாள். அவளைத் தொடர்ந்து கீர்த்தனாவும் பின்னாடியே ஓடிச்சென்று பள்ளிக்கூடத்தை விட்டு வெளியே வந்தார்கள்.

“அமுதா.. அணில் மாதிரியே நானும் காத்திட்டிருப்பேன். உன் பாட்டிகிட்ட மறக்காம மீதி கதையை கேட்டுட்டு வா”

“அதுக்காகத்தாண்டி வேகமாக போறேன். நாளைக்கு சீக்கிரமா பள்ளிக்கூடத்திற்கு வந்திடு, சுடுகாயைப் பொறுக் குறதுக்கு முன்னாடியே கதையைச் சொல்லிடறேன்”

அமுதாவும் கீர்த்தனாவும் தங்கள் வீடு இருக்கும் பக்கத்தில் ஓடினார்கள்.

அமுதா வீட்டிற்குப் போனதும் செருப்புகளைக்கூட கழற்றாமல் பாட்டியைத் தேடினாள். வாசலில் இல்லை. கூடத்திலும் இல்லை. கொல்லைப்புறமும் இல்லை. எங்கே போயிருப்பார்கள்.

“ஏய் - கைகால்களை அலம்பிட்டு வாடி..” சமையலறையிலிருந்து அம்மாவின் குரல் கேட்டது.

புத்தகப் பையை வைத்துவிட்டு அம்மாவிடம் வந்தாள்.

“அம்மா.. பாட்டி எங்கம்மா? கோவிலுக்கு போயிருக்காங்களா.. என்னைக் கூப்பிடாம போக மாட்டாங்களே.?”

“அமுதா.. பாட்டி ஊருக்கு போயிருக்காங்கடா.. நீ போய் கைகால்களை கழுவிட்டு வா”

அமுதாவுக்கு தூக்கி வாரிப்போட்டது.

பாகம் 12

“என்னது ஊருக்கு போயிட்டாங்களா? எப்ப போனாங்க.. எப்ப வருவாங்க?”

“உங்க அத்தைக்கு உடம்பு சரியில்லைன்னு போன் வந்துச்சுன்னு அப்பா கொண்டுபோய் விடப்போயிருக்காரு. அத்தைக்கு உடம்பு சரியானதும் தான் வருவாங்க..

“அத்தைக்கு எப்ப உடம்பு சரியாகும்?” என்றாள் அமுதா

அம்மா முறைத்தபடி “என்னடி வந்ததிலிருந்து கேள்வி மேல கேள்வி கேட்டிருக்க.. பாட்டிக்கு என்ன வச்சிருக்க?”

“பாட்டிகிட்ட நேத்து கதை கேட்டேன். பாதிக்கதையில தூங்கிட்டேன். அதான்..” என்று இழுத்தாள்.

“என்ன கதைடி அது”

“பூ படம் போட்ட வாத்துமுட்டை கதை.. அது உனக்குத் தெரியுமா. அம்மா..?”

“பூ படம் போட்ட முட்டை கதையா ..ம், எனக்குத் தெரியலடி..”

பேசிக்கொண்டிருக்கும்போதே அமுதாவின் அண்ணன் முத்து அவள் தலையில் குட்டிவிட்டு ஓடினான். மற்ற நாளாக இருந்தால் விரட்டிக்கொண்டு ஓடியிருப்பாள்.

“சரி போடி அமுதா.. கைகால்களை கழுவிட்டு வா..”

“போம்மா எனக்கு அந்தக் கதை முடிவைக் கேட்கணும்”

“பக்கத்துவீட்டு பொன்னம்மா பாட்டியும் நிறைய கதை சொல்லும்டி அவங்ககிட்ட கேளு..”

அமுதா வித்யா வீட்டிற்கு ஓடிச்சென்றுபார்த்தாள். வித்யாவின் பாட்டிதான் பொன்னம்மா பாட்டி. எப்போதும் வாசலில் உட்கார்ந்திருக்கும் அவளின் பாட்டியைக் காணோம். கொல்லைப்புறத்தில் போய்ப்பார்த்தாள். அங்குமில்லை.

கொல்லைப்புறத்தில் வித்யா விளையாடிக் கொண்டிருந்தாள்.

“வித்யா.. உங்க பாட்டி எங்க..?”

வித்யா விளையாடியதை நிறுத்திவிட்டு அமுதா அருகில் வந்தாள்.

“ஏன் எங்க பாட்டியைத் தேடற.. உங்க அம்மா ஏதாவது கொடுத்துவிட்டாங்களா?”

“இல்லடி கதை கேட்கலாமே என்றுதான்..” என இழுத்தாள் அமுதா..

“பாட்டி ஆற்றில் குளிக்கப் போயிருக்காங்க..”

அமுதா உடனே,“ சரி நான் ஆற்றில்போய் பார்த்துக்கிறேன்” என ஓடியவளை

“அமுதா இருடி.. நானும் வாரேன்” என்று வித்யாவும் ஓடினாள்.

ஆற்றில் பொன்னம்மா பாட்டி துணி துவைத்துக் கொண்டிருந்தாள். அமுதாவும் வித்யாவும் ஓடிவந்து மூச்சிறைக்க நின்றனர் அவர்களைப் பார்த்த பாட்டி.,

“ஏண்டி இப்படி ஓடியாறீங்க.. நாய் ஏதாவது துரத்தினிச்சா..?” என்றாள்.

வித்யா வாய்விட்டுச் சிரித்தாள்.

“பாட்டி.. நாங்க ஓடி வந்தது நாய் துரத்தி ஓடறது மாதிரி இருக்கா?”

அமுதா பக்கத்தில் கிடந்த துணி துவைக்கும் கல்லில் உட்கார்ந்துகொண்டாள்.

"பாட்டி.. நேத்து என் பாட்டி ஒரு கதை சொன்னாங்க.. அவங்க கதையைச் சொல்லி முடிப்பதற்குள் நான் தூங்கிட்டேன்.. அந்தக் கதை உங்களுக்குத் தெரியுமா?" என்றாள்

"எந்த கதைடி..?'' என்று கேட்டுக்கொண்டே துணி துவைத்தாள்.

"அதான் பாட்டி.. வாத்து ராஜா கதை.. வாத்துகளை கொல்லச்சொல்லி ஒரு ராஜா உத்திரவு போடுவாரே.. அந்தக் கதைதான் பாட்டி"

பாட்டி துணி துவைப்பதை நிறுத்தி யோசிக்கிறாள். பிறகு.

"நல்ல கதையாக இருக்கும் போலிருக்கே.. எனக்கு இந்தக் கதை தெரியாது அமுதா.."

"நல்லா யோசித்துப்பாருங்க பாட்டி.. ஞாபகம் வரும்'' என்றாள். கொஞ்சம் ஒட்டிக்கொண்டிருக்கும் நம்பிக்கையில். ஆனாலும் பாட்டி...

"எனக்குத் தெரியாது அமுதா.. சரி.. சரி.. இருட்ட ஆரம்பிச்சிடுச்சி, அங்க. இங்க திரியாம வீட்டுக்கு போய்சேருங்க.. என்று சொல்லிவிட்டு ஆற்றில் இறங்கி குளிக்க ஆரம்பித்து விட்டாள். இருவரும் வீட்டை நோக்கி திரும்பி நடந்தனர்."

"அது என்ன கதை அமுதா..?" என்று வித்யா கேட்டதும்..

"உனக்கும் தெரியாதுல்ல... ஒரு நாட்டில் ஒரு ராஜா இருந்தாராம் அவருக்கு மூன்று மகன்களாம்....."

வித்யாவுக்கு வாத்துராஜா கதையைச் சொல்லிக்கொண்டே நடந்தாள் அமுதா.

இரவாகி விட்டது. அமுதா வீட்டில் எல்லோரும் சாப்பிட்டுவிட்டு படுத்து தூங்கியும் விட்டனர். அமுதாவுக்கு தூக்கமே வரவில்லை.

ச்சே.. நேற்று கொஞ்ச நேரம் தூங்காமல் இருந்திருந்தால் இவ்வளவு அலைய வேண்டியதில்லை. இப்படித்தானே

சுந்தரியும் அந்த இரவு தூங்காமல் முழிச்சிட்டு இருந்திருப்பாள். என்று நினைத்துக்கொண்டே தூங்காமல் தூரத்தில் எரியும் இரவு விளக்கைப் பார்த்தபடியே படுத்துகிடந்தாள்.

தாகம் எடுத்ததும் தண்ணீர் குடிக்க எழுந்து தண்ணீர் பானையை நோக்கிப் போனாள். இருட்டில் கவிழ்த்திருக்கும் கூடையை தட்டிவிட்டுவிட்டாள். கூடை புரண்டுவிட, உள்ளே இருந்தவை சத்தம் போட்டுக்கொண்டே அங்கும் இங்கும் ஓட...

'வாத்து ஓடுது.. வாத்து ஓடுது..' என்று கத்தினாள்.

அமுதாவின் சத்தம் கேட்டு அப்பாவும் அம்மாவும் விழித்துக்கொண்டு விளக்கைப் போட்டார்கள். "ஏய் அமுதா.. பயப்படாதடி.. அது வாத்து இல்லை. கோழிதான்.. நம்ம வீட்டு கோழிதான்.. பயப்படாதே.."

என்று அம்மா வந்து அமுதாவை அணைத்துக் கொண்டாள். அமுதாவும் வெளிச்சத்தில் பார்க்கிறாள். ஆமாம் . கோழிதான். இவளுக்கு ரொம்பவும் பிடித்த வெள்ளைக்கோழி. கொண்டை சிவப்பாய் இருக்கும். காலையில் கூடையிலிருந்து திறந்ததும் இது பின்னாடி ஓடி ஓடி விளையாடுவாள்.

அமுதாவுக்கு தண்ணீர் கொண்டு வந்து கொடுத்தாள் அம்மா.

"அமுதா .. இந்தா தண்ணீ.. குடிச்சிட்டு வா.. படுத்துக்கலாம்" என்று சொல்லி அருகிலேயே படுக்க வைத்துக்கொண்டாள்.

பாகம் 13

ப்பீ..ப்பீ..

ப்பீ.. ப்பீ..

பன்னீர் பூவின் காம்பை கொஞ்சம் கிள்ளிவிட்டு வாயில் வைத்து ஊதி சத்தம் வரச்செய்து விளையாடிக்கொண்டிருந்தனர் மாணவர்கள். பள்ளிக்கூடம் பிரேயர் மணி அடிக்க இன்னும் நிறைய நேரமிருக்கிறது. கீர்த்தனா பள்ளிக்கூடத்திற்கு முதல் ஆளாய் வந்திருந்தாள். பள்ளிக்கூடத்தின் உள்ளே போகாமல் பன்னீர் மரத்தில் சாய்ந்து நின்றுக்கொண்டு அமுதாவுக்காகக் காத்திருந்தாள். அமுதாவும் சீக்கிரம் வருவதாகத்தானே சொன்னாள். ஏன் இன்னும் காணோம் என்று யோசித்துக் கொண்டே பள்ளிக்கூடத்திற்கு உள்ளே வந்தாள்.

அமுதா வருவதற்குள் சுடுகாயைப் பொறுக்கிவிடலாம் என்று புத்தகப் பையை வகுப்பறைக்குள் வைக்கப் போனவளின் முதுகில் செல்லமான அடி விழுந்தது. கீர்த்தனா திரும்பிப் பார்க்காமலே அடித்தது யார் என்று தெரிந்துகொண்டாள். எப்போதும் அமுதாதான் இப்படி அடிப்பாள். திரும்பினாள் அவளேதான்.

"ஏண்டி இவ்ளோ லேட்டு.. உங்க பாட்டிகிட்ட மிச்ச கதையை கேட்டுட்டியா?"

"போடி.. எங்க பாட்டி ஊருக்கு போயிட்டாங்க.. அவங்க திரும்பி வருவதற்கு இன்னும் குறைஞ்சது ஒரு வாரமாகுமாம்" என்றாள் அமுதா.

கீர்த்தனாவின் கையிலிருந்து புத்தகப் பை நழுவி, டொம் என்று தரையில் விழுந்தது.

“அய்யய்யோ .. இப்ப என்னடி செய்யறது?” என்றாள் கவலையாய்.

“முதலில் சுடுகாயைப் பொறுக்குவோம் வா.. ” என்று அமுதா தன் புத்தகப் பையை வைத்துவிட்டுச் சொன்னாள்.

கீர்த்தனாவும் கீழே விழுந்த பையை எடுத்து பெஞ்சில் வைத்துவிட்டு ஞாபகம் வந்தவளாய். “அமுதா என் விடுகதைக்கு விடை தெரிஞ்சுதா” என்றாள்.

அமுதாவுக்கு அவள் கேட்ட விடுகதையே நினைவில் இல்லை.

“கீர்த்தனா.. நீ கேட்ட விடுகதையே மறந்துபோயிடுச்சுடி” என்றாள்.

கீர்த்தனா சிரித்துக்கொண்டே.. அதெல்லாம் எனக்குத் தெரியாது. பதில் தெரியாதுன்னா எனக்கு ஒரு பென்சில் கொடுக்கனும் சரியா என்றாள்.

“சரிடி.. விடுகதையும் விடையும் நீயே சொல்லு”

“அம்மா கதை சொல்ல லெட்சம் புள்ளைங்க உட்கார்ந்து கேப்பாங்களாம்”

சொல்லி விட்டு சிறிது நேரம் பேசாமல் இருந்தாள்.

சீக்கிரம் சொல்லுடி” அமுதா அவசரப்படுத்த..

“என்னடி இது தெரியலையா.. நிலாதான் அம்மா.. நட்சத்திரங்கள்தான் பிள்ளைகள்..” என்றாள் கீர்த்தனா..

இருவரும் சிரிச்சிகிட்டே சுடுகாயை எல்லாம் பொறுக்கி ஆற்றில் வீசப் போனபோது, கொய்யா மரத்திற்கு கிட்ட வந்தாங்க. அங்கே அணில் இவர்களுக்காகக் காத்திருந்தது. இவர்களைப் பார்த்ததும் ஓடி வந்தது. அணிலையும் சேர்த்துக்கொண்டு ஆற்றுக்குப் போனார்கள்.

அணிலிடம் தன் பாட்டி ஊருக்குப் போன விஷயத்தை சொன்னதும் அணிலுக்கும் வருத்தமாயிடுச்சு. மூன்று பேரும்

ஒன்றும் பேசிக்கொள்ளாமல் ஆற்றுக்கு வந்தனர். சுடுகாயை வீசிவிட்டு ஆற்றங்கரையில் உட்கார்ந்தனர்.

அணில்தான் பேச ஆரம்பித்தது.

“இப்போ.. எப்படி அந்த வாத்து கதையின் முடிவை தெரிந்துகொள்வது..”

“என்ன செய்யறதுன்னே தெரியல” என்றாள் அமுதா.

“உங்க பாட்டி வருகிற வரைக்கும் காத்திருக்க வேண்டியதுதான்“ என்றாள் கீர்த்தனா.

“அவங்க எப்ப வருவாங்கன்னு சொல்லமுடியாது. எங்க அத்தைக்கு உடம்பு சரியானதும்தான் பாட்டி வருவாங்க..”

மூவரும் இப்படி மாறிமாறி பேசிக்கொண்டிருக்கும்போது..

வ்வேக்....வ்வேக்.. வ்வேக்..

வ்வேக்....வ்வேக்.. வ்வேக்..

சத்தம் வரும் பக்கம் மூன்று பேரும் திரும்பினர்.

ஆற்றில் ஓரமாய் வாத்துகள் கூட்டமாய் வந்துகொண்டிருந்தன. கீர்த்தனாவும் அமுதாவும் நம்ப முடியாமல் எழுந்து நின்றார்கள். அணில் பக்கத்தில் இருந்த கொன்றை மரத்தில் ஏறிப் பார்த்தது.

பாகம் 14

நிறைய வாத்துகள் வந்துகொண்டேயிருந்தன. இதுக்கு முன்னாடி அமுதா இவ்வளவு வாத்துகளை பார்த்ததே இல்லை. கண்களை இமைக்காமல் பார்த்துக் கொண்டிருந்தாள்.

வாத்துகள் வந்துகொண்டேயிருந்தன. சிறுவன் என்றும் பெரியவன் என்றும் சொல்ல முடியாத வயதில் ஒருவன் வாத்துகளுக்கு பின்னால் நீண்ட கம்பை தண்ணீரில் வீசிக்கொண்டே வந்துகொண்டிருந்தான். அவன் முதுகில் ஒரு சின்ன வாளியை கயிற்றில் கட்டி தொங்கவிட்டிருந்தான்.

அத்திமரம் ஒன்று வளைந்து ஆற்றில் சாய்ந்திருந்தது. வாத்துகள் எல்லாம் அந்த மரத்தின் நிழலில் ஒதுங்கிக்கொண்டன. அங்கொன்றும் இங்கொன்றும் ஓடிய ஒன்றிரண்டை அவன் அந்த மரத்தின் பக்கத்திற்குக் கொண்டு வந்தான்.

இப்போது எல்லா வாத்துகளுமே அத்திமரத்தினடியில் இருந்தன. அதை மேய்த்துக்கொண்டிருந்தவன் தன் பெரிய கம்பை தரையில் போட்டுவிட்டு, அதன் பக்கத்தில் உட்கார்ந்து கொண்டான். முதுகில் தொங்கவிட்டிருந்த வாளியை எடுத்து திறந்தான். கீழே வைத்துவிட்டு எழுந்து சென்று ஆற்றில் கையைக் கழுவினான். திரும்ப வந்து வாளியிலிருந்த சாப்பாட்டை சாப்பிட ஆரம்பித்தான்.

அமுதாவும் கீர்த்தனாவும் பள்ளிக்கூடத்தைப் பார்த்தனர். இப்போதுதான் மாணவர்கள் வர ஆரம்பித்திருக்கின்றனர். மணி அடிக்க இன்னும் நேரமிருக்கிறது.

“அமுதா.. அந்தக் கதையைப் பத்தி இவர்கிட்ட கேப்பமா.. வாத்து கதை என்பதால இவருக்குத் தெரிந்திருக்கும் இல்ல”

“நானும் அதுதான் யோசிச்சிட்டு இருந்தேன் கீர்த்தனா.. வா.. போகலாம்.” என்று சொல்லிவிட்டு அணிலைப் பார்த்தாள். அணில் மரத்திலிருந்து கீழே இறங்கி அமுதாவின் தோளில் ஏறிக்கொண்டது.

இருவரும் அவரை நோக்கி நடக்க ஆரம்பித்தபோது..

“ஏய் நில்லுங்க..” என்ற குரல் கேட்டு இவர்கள் பயந்து கொண்டே திரும்பியபோது வித்யா நின்றுகொண்டிருந்தாள்.

“இங்கே என்ன செய்யறீங்க.. ரெண்டு பேரும்.. அமுதா உன்னை எங்கெல்லாம் தேடறது.. அந்தக் கதையின் முடிவு தெரிஞ்சுதா..” என்று கேட்டுக்கொண்டே அருகில் வந்தாள்.

‘‘உன் கிட்டேயும் சொல்லிட்டாளா..?’’ கீர்த்தனா கேட்டதற்கு

“ஆமாம்” என்பதாகத் தலையட்டினாள் வித்யா.

“எங்களுக்கும் தெரியவில்லை. அதோ வாத்து மேய்க்கிறவரிடம் கேட்கலாம் என்று போறோம்.” என்றாள் அமுதா

“நானும் வாரேன்” என்று சொன்ன வித்யா அப்போதுதான் அமுதா தோளில் இருக்கும் அணிலைப் பார்த்து ஆச்சரியப்பட்டுப் போனாள்.

“அணில் எப்படி உன் தோளில் உட்கார்ந்திருக்கு..” என்று கேட்ட வித்யாவைப் பார்த்து அமுதாவும் கீர்த்தனாவும் சிரித்துக்கொண்டார்கள்.

“அது ஒரு பெரிய கதை. வா.. போய்கிட்டே பேசலாம்..” என்று சொல்லி முன் நடந்தாள் அமுதா.

இவர்கள் போவதற்குள் வாத்து மேய்ப்பவர் சாப்பிட்டு முடித்து கையும் வாளியையும் கழுவிக்கொண்டிருந்தார்.

“அண்ணே..” கீர்த்தனாதான் அழைத்தாள்.

அவர் இவர்களைத் திரும்பிப் பார்த்துவிட்டு வாத்துகளை ஒருமுறை பார்த்தார். எதுவும் ஓடவில்லை. அத்திமரத்து நிழலில் ஒதுங்கியே நின்றன.

“என்ன... பள்ளிக்கூடத்துக்கு போகாம இங்க என்ன செய்யறீங்க?” என்றார்.

“எங்க பாட்டி ஒரு கதை சொன்னாங்க.. அது ஒரு வாத்து கதை.. அந்தக் கதையை முழுசா கேட்பதுக்குள்ள நான் தூங்கிட்டேன். அந்தக் கதை உங்களுக்குத் தெரியமான்னு கேட்க வந்தோம்“ என்றாள் அமுதா.

“உங்க பாட்டிகிட்டேயே கேட்க வேண்டியதுதானே’ என்றார்.

“அவங்க ஊருக்கு போயிட்டாங்க” என்றவர், அமுதாவையும் கதை கேட்க வந்திருக்கிற மற்றவர்களையும் பார்த்து ஆச்சரியமாகப் பார்த்தார்.

“சரி, அது என்ன கதை சொல்லுங்க கேட்போம்” என்றார்.

“ஒரு ராஜா அந்த நாட்டுல இருக்கிற வாத்துகளை கொல்லச் சொல்லி உத்திரவு போடுவாரு. அந்த கதையில..” என்றாள் அமுதா.

வாத்து மேய்ப்பவரும் யோசித்து பார்த்துவிட்டு “எனக்குத் தெரியல.. ஆனால் எங்க தாத்தாவுக்கு தெரியும் என்று நினைக்கிறேன். அவருதான் நிறைய கதைகள் சொல்லுவாரு” என்றார் அவர்.

“உங்க தாத்தா எங்க இருக்காங்க?” கீர்த்தனா கேட்டதற்கு,

“இந்த ஊர் கடைசியில ஒரு ஆலமரம் இருக்குல அங்கேதான் நாங்க கூடாரம் போட்டிருக்கோம். எங்க தாத்தாவுக்கு வயசாயிட்டதால அவர் வெளியே எங்கும் போகமாட்டாரு.. நீங்க அங்க வந்தா தெரிஞ்சுக்கலாம்” என்று சொல்லிட்டு கம்பை எடுத்துக்கொண்டு வாத்துகளை அதட்டிக்கொண்டு ஓட்ட ஆரம்பித்தார்.

இவர்கள் திரும்பவும் பள்ளிக்கூடத்திற்கு வந்தனர். வகுப்பில் நடத்தும் பாடத்தில் கவனமே போகமாட்டேன் என்றது மூவருக்கும். ஆமாம் வித்யாவுக்கும்தான்.

பாகம் 15

மதிய உணவு இடைவேளைக்கான மணி அடித்தது. மூன்று பேரும் ஒன்றாக உட்கார்ந்து சாப்பிட்டுக்கொண்டிருந்தனர்.

"அவர் சொன்ன இடம் எனக்குத் தெரியும். எங்கப்பாவோட ஒருதடவை அந்தப் பக்கம் போயிருக்கேன். நாமளும் போலாமா?" என்றாள் கீர்த்தனா..

"அய்யோ... அம்மாவுக்குத் தெரிஞ்சா அவ்வளவுதான் அடி விழும்'' என்றாள் வித்யா. ஆமாம் என்பதுபோல தலையாட்டினாள் அமுதாவும்.

"நாளைக்கு சனிக்கிழமை. ஸ்கூல் லீவு.. நான் உன் வீட்டுக்கு வாரேனு சொல்லிட்டு வாரேன். நீங்க ரெண்டு பேரும் என் வீட்டுக்கு வருவதாக சொல்லிட்டு வந்துடுங்க.. நாம மூணு பேரும் சேர்ந்து வாத்துகாரங்க கூடாரத்துக்குப் போயிடலாம் என்ன சரியா?"

கீர்த்தனா பெரிய திட்டத்தை விவரிப்பவளைப் போல கையை ஆட்டி ஆட்டிக் கூறினாள். அமுதாவும் வித்யாவும் சரி என்றார்கள்.

முதல்நாள் பேசிக்கொண்டபடி மூவரும் வாத்துக்காரர்கள் கூடாரத்திற்குப் புறப்பட்டனர். அய்யனார் கோவிலைத் தாண்டி பெரிய குளம் இருக்கிறது. அதையும் கடந்துபோனால் வயல்தான். அதில் ஒரு வயலில்தான் அவர்கள் கூடாரம்

அடித்து இருந்தார்கள். நான்கைந்து கூடாரங்கள் இருந்தன. அருகில் இருந்த புளிய மரத்தில் வாத்துக்காரர்களின் குழந்தைகள் விளையாடிக் கொண்டிருந்தன.

மூன்று பேரும் யாரிடம் என்ன விசாரிப்பது என்று தெரியாமல் நிற்கும்போது, நேற்று ஆற்றில் பார்த்தவர் எதிரே வந்தார். இவர்களைப் பார்த்ததும் அவருக்கு ஆச்சரியம். ஒரு கதையின் முடிவுக்காக இவ்வளவு தூரம் வருவார்கள் என்று அவர் எதிர்பார்க்கவில்லை.

"வாங்க புள்ளைங்களா... அந்த முதல் கூடாரத்தில எங்க தாத்தா இருக்காரு.. வா.. நானே கூப்பிட்டுட்டு போறேன்" என்று சொல்லிவிட்டு முன் நடந்தவரை பின் தொடர்ந்தனர்.

சுற்றிலும் வலையடித்து வாத்துகளை அடைத்து வைத்திருந்தனர். அவையும் வ்வேக் வ்வேக் என சத்தமிட்டுக் கொண்டிருந்தன.

"தாத்தா.. தாத்தா.. நேத்து நான் சொன்னேன்ல.. பள்ளிக் கூடத்து பொண்ணுங்கள பத்தி.. அதுங்க வந்திருக்கு.." என்று சொல்லிக்கொண்டே கூடாரத்திற்குள் நுழைந்தார். இவர்களும் உள்ளே நுழைய..

கயிற்றுக்கட்டிலில் படுத்திருந்த தாத்தா மெல்ல எழுந்தார்.

"வாங்க.. கண்ணுங்களா... உங்களப் பத்தி ராசையன் சொன்னான்..." என்று சொல்லிவிட்டு இருமினார்.

"இங்க வாங்க.. பக்கத்தில உட்காருங்க.." என்று கட்டிலில் தள்ளி உட்கார்ந்தார். கீர்த்தனாதான் முதலில் உட்கார்ந்தாள். பின் இருவரும் உட்கார்ந்தனர்.

"இதில... யாருக்கு கதையோட முடிவு தெரியனும்..." என்றார்,

"மூன்று பேருக்குமே தெரியனும் தாத்தா.. உங்களுக்கு அந்தக் கதை தெரியுமா..?" என்று அமுதா கேட்டதற்கு..

"தெரியும் .. நல்லா தெரியும்... டேய் ராசையா... புள்ளைங்களுக்கு மோர் கொண்டு வாடா..." என்றதும் நேற்று ஆற்றில் பார்த்தவர் வெளியே சென்று விட்டார்.

''எதுவரைக்கும் உங்க பாட்டி அந்தக் கதையை சொல்லிருக்காங்க..?"

அமுதா எழுந்து நின்று..

"அரண்மனை காவலாளிகள் சுந்தரியிடம், 'நாளைக்கு பூபோட்ட வாத்துமுட்டைகளை காட்டனும் இல்லைன்னா இந்தப் பறவைகளை கொன்னுடுவோம்'ன்னு சொன்ன வரைக்கும் பாட்டி சொன்னாங்க தாத்தா..."

"அதுவரைக்கும் சொல்லிட்டாங்களா..

அப்புறம் என்னாச்சின்னா.."

பாகம் 16

காவலாளிகள் போனபிறகு சுந்தரிக்கு ரொம்பவே பயம் வந்துவிட்டது. நாளைக்கு நம்ம வாத்துகளை கொல்வதோடு பாட்டியையும் மீனாவையும் சிறையில் வைச்சிடுவாங்களோ என்று பயந்தாள்.

பாட்டிதான் தைரியப்படுத்தினாள். “பரவாயில்லை சுந்தரி.. நம்ம பொய் சொன்னதால வாத்துகள் இன்னிக்கு கொல்லப் படறதை நிறுத்திட்டோம். ஒரு உயிரை காப்பாற்றுவதற்காக எந்தக் கஷ்டத்தை வேண்டுமானலும் தாங்கிக்கலாம். நீ கவலைப்படாதே, எல்லாமே நல்லதாக நடக்கும்” என்றாள்.

மீனாவும் சுந்தரிக்கு தைரியம் கூறிவிட்டு அவள் வீட்டிற்குச் சென்றுவிட்டாள்.

சுந்தரியை மிரட்டிவிட்டு அரண்மனைக்குச் சென்ற காவலாளிகளுக்கு பயங்கர அதிர்ச்சி காத்திருந்தது.

அரண்மனை முழுக்க வேறு நாட்டு ஆட்கள் நுழைந்திருந்தார்கள். கையில் பயங்கர ஆயுதத்தோடு நின்றிருந்தாலும் யாரையும் தாக்க வில்லை. இரண்டு பெரிய தேர் நின்றிருந்தது. மெதுவாக விசாரித்தபோது வானவன் ராஜாவோட அண்ணன்கள் தேசிங்கும் கலிங்கனும் அவர்கள் படையைத் தயார் படுத்திவிட்டு பேச்சு வார்த்தைக்கு வந்திருக் கிறார்கள் என்ற தகவல் காவலாளிகளுக்கு கிடைத்தது.

அரண்மனைக்குள் நிற்கும் வேறு நாட்டவர்கள் அவர்களுடைய பாதுகாப்பிற்காக வந்தவர்கள் என்றதும் வானவன் நாட்டு காவலாளிகள் சற்று நிம்மதி பெருமூச்சு விட்டனர்.

தேசிங்கும் கலிங்கனும் மிகுந்த கோபத்துடன் உட்கார்ந்திருந்தார்கள். வானவன் அவர்கள் முன் கூசி குறுகி உட்கார்ந்திருந்தான். அண்ணன்கள் முன்தான் வானவனின் அமைச்சர் வந்து ரொம்பப் பெருமையாக “மகாராஜா நீங்கள் போட்ட உத்தரவான வாத்துகளைக் கொல்வதை இன்றே முடித்துவிட்டோம். இப்போது நமது நாட்டில் ஒரு வாத்துக் கூட கிடையாது” என்று சொல்லிவிட்டு சென்றிருந்தான்.

தேசிங்கு ராஜா ரொம்ப கோபத்துடன் “வானகா நமது தந்தை நம்மிடம் ஆட்சியை ஒப்படைக்கும் போது என்ன சொன்னார். நினைவிருக்கிறதா?” என்றதற்கு வானவன்..

“நினைவிருக்கிறது அண்ணா” என்றான். அண்ணன்கள் இரண்டு பேரும் சேர்ந்து வந்திருப்பதால் அவர்களை எதிர்க்க முடியாது என்று பணிந்தார்.

“என்ன நினைவிருக்கிறது.. நமது நாட்டில் வாழ்ந்தால் ஆபத்து என்று ஒரு ஜீவனும் நினைக்கக் கூடாது என்று நம் தந்தை சொன்னார் அல்லவா.. இன்று உன் ஆட்சியில் நாட்டிலுள்ள வாத்துகளை எல்லாம் கொல்லச் சொல்லிவிட்டாயாமே..”

“இல்லை.. அண்ணா.. உங்களிடம் யாரோ தவறான தகவலைத் தந்திருக்கிறார்கள்...”

“நீ பொய் சொல்லாதே வானவா.. சம்பு எல்லாவற்றையும் எங்களிடம் கூறிவிட்டான்.

“அவன்தான் பொய் சொல்கிறான் அண்ணா.. என்னை நம்புங்கள்”

வானவனுக்கு எப்படியாவது தப்பித்தால் போதுமென்று பொய் மேல் பொய்யாக சொன்னார். தேசிங்கும், கலிங்கனும் இவன் சொல்வதை நம்புவதா வேண்டாமா என்று தனியாக ஆலோசித்து விட்டு இவனிடம் இறுதியாக ..

“வானவா.. உனக்கு இறுதி வாய்ப்பு.. உன் நாட்டில் வாத்துகள் இருக்கின்றன என்பதற்கு அடையாளமாக இரண்டு வாத்துகளை நாளை சூரியன் மறைவதற்குள் காட்டவேண்டும். இல்லையென்றால் உன் நாட்டின் மீது நாங்கள் இருவரும் சேர்ந்து போர் தொடுப்போம்” என்று இருவரும் கூறிவிட்டுச் சென்றுவிட்டனர்.

வானவன் அப்படியே இடிந்துபோய்விட்டார். இப்போது தானே அமைச்சர் நாட்டிலுள்ள எல்லா வாத்துகளையும் கொன்றுவிட்டதாக சொன்னார். வேறு நாட்டிலிருந்து கொண்டுவரச் செய்தால் அண்ணன்கள் எப்படியும் கண்டு பிடித்து விடுவார்கள். என்று குழம்பிப் போனார். சிறையிலடைத்த பழைய அமைச்சரை விடுதலைச் செய்யச்சொல்லி அவரிடம் ஆலோசனைக் கேட்க. அவரோ..

“மகாராஜா தண்ணீர் தலைக்கு மேலே போய்விட்டது. இனி ஒன்றும் செய்யமுடியாது. கடைசி முயற்சியாக தண்டோரா போட்டு நாட்டில் யாராவது வாத்து வைத்திருந்தால் அவர்களுக்கு தங்கமும் பரிசுப்பொருளும் தருவதாக அறிவியுங்கள். எவராவது வாத்துகளை ஒளித்து வைத்திருந்தால் கொண்டுவருவார்கள்” என்றார்.

அவரின் ஆலோசனைப் படியே தண்டோரா போட சுந்தரி ஊருக்கும் அந்தச் செய்தி வர பாட்டி, மீனாவோடு அரண்மனைக்குச் சென்று தன்னிடம் இருக்கும் வாத்துகளைக் காட்டுகிறாள். அவளுக்கு வானவன் ராஜா பரிசும் தங்கமும் தந்து கொண்டாடுகிறார். தன் ஆட்சியைக் காப்பாற்றிவிட்ட சுந்தரிக்கு முத்தம் தருகிறார்.

அண்ணன்கள் இருவரிடமும் தான் செய்த தவற்றை ஒப்புக்கொண்டு இனி அதுபோல் முட்டாள்தனமாக செய்ய மாட்டேன் என்று கூறுகிறான் வானவன் ராஜா. அண்ணன்களும் அறிவுரைகள் கூறிவிட்டு தங்கள் நாட்டுக்கு போய்ட்டாங்க...”

தாத்தா கதையை முடித்ததும் அமுதா, கீர்த்தனா, வித்யா மூன்று பேரின் முகத்திலும் பெரிய சந்தோஷம் தெரிந்தது. தாத்தாவுக்கு நன்றி சொல்லிவிட்டு கூடாரத்தை விட்டு வெளியே வருகின்றனர்.

ஊருக்குள் செல்லும்போது கீர்த்தனாவிடம் அமுதா சொன்னாள் "கீர்த்தனா, திங்கடகிழமை ஸ்கூலுக்கு சீக்கிரம் வந்துடு.. அணிலுக்கு கதையோட முடிவைச் சொல்லனும் சரியா?"

அவளும் சரி என்று சொல்லி தன் வீட்டை நோக்கி ஓடினாள்.

■

சத்யஜித் ரே ஃபெலூடா வரிசை

ரேயின் உலகப்புகழ் பெற்ற
20 சிறுவர் கதைத் தொகுப்புகள்

தமிழில்: வீ.பா.கணேசன்

டார்ஜீலிங்கில் ஓர் அபாயம்	30
மகாராஜாவின் மோதிரம்	80
கைலாஷ் சௌதுரியின் ரத்தினக்கல்	30
அனுபிஸ் மர்மம்	30
கேங்டாக்கில் வந்த கஷ்டம்	70
தங்கக் கோட்டை	90
கல்கா மெயிலில் நடந்த சம்பவம்	70
கைலாஷில் ஒரு கொலையாளி	80
சாவி	30
வங்கப்புலி மர்மம்	80
பூட்டிய பணப்பெட்டி	30
பம்பாய் கொள்ளையர்கள்	70
பிணம் நடந்த மர்மம்	50
கல்லறை ரகசியம்	90
தேவியின் சாபம்	80
நெப்போலியனின் கடிதம்	50
மரண வீடு	80
பிள்ளையாருக்குப் பின்னே ஒரு மர்மம்	70
மர்மமான ஒரு குடித்தனக்காரர்	50
காத்மாண்டு கொள்ளையர்கள்	70

விழியன் நூல்கள்

பென்சில்களின் அட்டகாசம்	20
Pencil's Day Out | Anuresh Puthukudy	30
டாலும் ழீயும்	25
அந்தரத்தில் நடந்த அபூர்வக் கதை	25
மாகடிகாரம்	30
உச்சி முகர்	40
வளையல்கள் அடித்த லூட்டி	25
அக்னிச் சுடர்கள்	160

www.ingramcontent.com/pod-product-compliance
Lightning Source LLC
LaVergne TN
LVHW040827051026
849519LV00007BA/2769
* 9 7 8 9 3 8 3 6 6 1 5 7 2 *